AF762345

INSIGHT PUBLICA®

INSIGHT PUBLICA
Nadakkavu, Kozhikode, Kerala, India
www.insightpublica.com
e-mail: insightpublica@gmail.com
Ozone Muthal Thamogartham Vare
Dr. Sangeetha Chenampulli
(Malayalam- Popular Science)
First Edition: February 2021
This Edition: November 2023

ISBN 978-93-89804-46-1
Published by
Insightinpublica Printers & Publishers Pvt. Ltd.

ഓസോൺ മുതൽ തമോഗർത്തം വരെ

ഡോ. സംഗീത ചേനംപുല്ലി

INSIGHT PUBLICA®

ഒറ്റപ്പാലം താലൂക്കിൽ മുണ്ടനാട്ടുകരയിൽ ജനിച്ചു. ഒറ്റപ്പാലം എൻ. എസ്. എസ് കോളേജ്, മഹാത്മാഗാന്ധി സർവ്വകലാശാല സ്കൂൾ ഓഫ് കെമിക്കൽ സയൻസസ് എന്നിവിടങ്ങളിൽ ബിരുദ, ബിരുദാനന്തര പഠനം. കോഴിക്കോട് എൻ. ഐ. ടിയിൽ നിന്ന് രസതന്ത്രത്തിൽ പിഎച്ച്ഡി ബിരുദം നേടി (2017). കോഴിക്കോട് ഗവണ്മെന്റ് ആർട്സ് ആന്റ് സയൻസ് കോളേജിൽ രസതന്ത്ര വിഭാഗം അസിസ്റ്റന്റ് പ്രൊഫസർ., ആനുകാലികങ്ങളിൽ ശാസ്ത്ര, സിനിമ ലേഖനങ്ങളും കവിതകളും എഴുതുന്നു. 2015 ലെ ഉപന്യാസത്തിനുള്ള കുട്ടേട്ടൻ സ്മാരക പുരസ്കാരം, 2016 ലെ പായൽബുക്സ് കവിതാ പുരസ്കാരം, 2019 ലെ ദേവകീ വാര്യർ സ്മാരക സാഹിത്യ പുരസ്കാരം, 2020 ലെ ചലച്ചിത്ര അക്കാദമി ഗവേഷണ ഫെലോഷിപ്പ് എന്നിവ ലഭിച്ചു. നിരവധി ആന്തോളജികളുടെ ഭാഗമായിട്ടുണ്ട്.

sangeethachenampulli@gmail.com
ഡോ. സംഗീത ചേനംപുല്ലി
അസിസ്റ്റന്റ് പ്രൊഫസർ,
കെമിസ്ട്രി
ഗവണ്മെന്റ് ആർട്സ് ആന്റ് സയൻസ് കോളേജ്
മീഞ്ചന്ത, കോഴിക്കോട്
673018

ഡോ. സംഗീത ചേനംപുല്ലി

ഉള്ളടക്കം

ചന്ദ്രബിംബം കവികൾ പുകഴ്ത്തിയ സ്വർണ്ണമയൂരമല്ല: ആ യാത്ര അമ്പതിലേക്ക്

കുഞ്ഞ് ഒരുരുള ചോറുണ്ണാൻ അമ്പിളിമാമന് നേരെ കൈനീട്ടാത്ത അമ്മമാരും അമ്പിളിമാമനെ നോക്കി ചോറുണ്ണാത്ത കുഞ്ഞുങ്ങളും നമുക്കിടയിൽ കുറവായിരിക്കും. എന്നാൽ മനോഹര സങ്കൽപ്പങ്ങളുടെ ഈ പ്രകാശബിംബത്തെ 1969 ജൂലായ് 20ന് ശാസ്ത്രത്തിന്റെ കരുത്തും മനുഷ്യന്റെ നിശ്ചയദാർഢ്യവും ചേർന്ന് ആദ്യമായി കീഴടക്കി. മനുഷ്യന് ഒരു ചെറിയ കാൽവെയ്പ്പ്, മനുഷ്യ രാശിക്കോ ഒരു വലിയ കുതിച്ചുചാട്ടം എന്ന് ചന്ദ്രനിൽ കാൽകുത്തിയ ആദ്യമനുഷ്യനായ നീൽ ആംസ്ട്രോങ് തന്നെ വിശേഷിപ്പിച്ച ഈ വലിയ ശാസ്ത്രമുന്നേറ്റത്തിന്റെ അമ്പതാം വാർഷികം 2018 ഒക്ടോബർ മുതൽ 2022 ഡിസംബർ വരെ ആഘോഷിക്കാൻ നാസ തീരുമാനിച്ചിരിക്കുന്നു. ബഹിരാകാശത്ത് പുതിയസാധ്യതകൾ തേടുന്ന മനുഷ്യരാശിയെ എന്നെന്നും പ്രചോദിപ്പിച്ചുകൊണ്ട് നീൽ ആംസ്ട്രോങ്ങിന്റെയും എഡ്വിൻ ആൾഡ്രിന്റെയും ആദ്യകാൽപ്പാടുകൾ ബഹിരാകാശചരിത്രത്തിൽ പതിഞ്ഞു കിടക്കും. ചന്ദ്രനിലെ ഉപരിതല സവിശേഷതകളെക്കുറിച്ചുള്ള പഠനങ്ങൾക്കപ്പുറം മനുഷ്യരാശിക്ക് ഭാവിയെക്കുറിച്ച് കുറേ സ്വപ്നങ്ങൾ കൂടി സമ്മാനിച്ചു ചാന്ദ്രപര്യവേഷണ യാത്രകൾ. ചന്ദ്രനിലേക്കുള്ള യാത്രകൾ പലരാജ്യങ്ങളുടേയും മുൻഗണനാപട്ടികകളിൽ വീണ്ടും സ്ഥാനം പിടിച്ചുകഴിഞ്ഞിരിക്കുന്നു. 2030ഓടെ ചന്ദ്രനിൽ കോളനി പണിയാൻ റഷ്യ പദ്ധതിയിടുമ്പോഴും, ചന്ദ്രനിലെ ധാതുസമ്പത്തിനെപ്പറ്റി വിവിധ രാജ്യങ്ങൾ

സ്വപ്നങ്ങൾ മെനയുമ്പോഴും ആത്മവിശ്വാസം നൽകുന്നത് അര നൂറ്റാണ്ട് പൂർത്തിയാക്കിയ ആ വലിയ വിജയം തന്നെയാണ്.

ശീതയുദ്ധ കാലത്ത് ബഹിരാകാശ പര്യവേഷണ രംഗത്ത് മേൽക്കൈ നേടുന്നതിനായി സോവിയറ്റ് യൂണിയനും അമേരിക്കയും തമ്മിൽ കടുത്ത മത്സരം തന്നെയായിരുന്നു നടന്നത്. രാജ്യങ്ങൾ തമ്മിലുള്ള ചേരിപ്പോരെങ്കിലും ഇത് ശാസ്ത്ര-സാങ്കേതിക രംഗങ്ങളിൽ വലിയ മുന്നേറ്റങ്ങൾക്ക് കാരണമായി. ചന്ദ്രനെ കൈപ്പിടിയിലൊതുക്കാനുള്ള മത്സരത്തിൽ ആദ്യ വിജയം സോവിയറ്റ് യൂണിയനായിരുന്നു. 1959ൽ തന്നെ ലൂന 2 പേടകം ചന്ദ്രനിലിറങ്ങി. അമേരിക്കക്ക് ചന്ദ്രനിലിറങ്ങാൻ 1962ലെ റേഞ്ചർ നാല് ദൗത്യം വരെ കാത്തിരിക്കേണ്ടി വന്നു. തുടർന്ന് 1976 വരെ ആളുള്ളതും അല്ലാത്തതുമായ നിരവധി ദൗത്യ പേടകങ്ങൾ ചന്ദ്രനിലെത്തി പഠനങ്ങൾ നടത്തി. എന്നാൽ ഏറ്റവും പ്രധാനപ്പെട്ടതും അവിശ്വസനീയമാം വിധം പ്രത്യാശാജനകവുമായ ദൗത്യം ആദ്യമായി മനുഷ്യനെ ചന്ദ്രനിലെത്തിച്ച അപ്പോളോ 11 തന്നെയാകും. കഠിനപരിശ്രമങ്ങളുടെയും പരാജയങ്ങളുടെയും, തെറ്റുകളിൽ നിന്ന് പാഠമുൾക്കൊണ്ട വിജയങ്ങളുടെയും കഥകൂടി ചാന്ദ്രദൗത്യങ്ങൾക്ക് പറയാനുണ്ട്. മനുഷ്യൻ ചന്ദ്രനിലെത്തും മുമ്പേ നിരവധി ആളില്ലാദൗത്യങ്ങൾ ചന്ദ്രനിലെത്തി പഠനം നടത്തുകയും ഫോട്ടോകൾ എടുക്കുകയും ചെയ്തിരുന്നു. വിജയകരമായ പതിനഞ്ച് ലൂന ദൗത്യങ്ങളും അമേരിക്കയുടെ ഏഴ് സർവേയർ ദൗത്യങ്ങളും ഇതിൽപ്പെടുന്നു. ചന്ദ്രോപരിതലത്തിന്റെ രാസഘടന, ഗുരുത്വാകർഷണം, അന്തരീക്ഷ സവിശേഷതകൾ എന്നിവയെക്കുറിച്ചെല്ലാം വിവരങ്ങൾ നൽകാൻ ഈ ദൗത്യങ്ങൾക്ക് കഴിഞ്ഞു. ചന്ദ്രന്റെ വിദൂരവശത്തിന്റെ ചിത്രങ്ങളെടുത്ത ലൂന 3, ആദ്യ സമീപചിത്രങ്ങളെടുത്ത ലൂന 9, ചന്ദ്രോപരിതലത്തിൽ നിന്ന് മണ്ണ് ശേഖരിച്ച ലൂന 16 എന്നിവയെല്ലാം പര്യവേഷണത്തിലെ പ്രധാന നാഴികക്കല്ലുകളായിരുന്നു.

സോവിയറ്റ് യൂണിയൻ ചന്ദ്രനിൽ ആദ്യ ആളില്ലാ പേടകമിറക്കിയ ശേഷം ആർക്ക് ആദ്യം മനുഷ്യനെ ചന്ദ്രനിൽ ഇറക്കാനാകും എന്നതായി മത്സരം. 1961ൽ, മനുഷ്യനെ ചന്ദ്രനിൽ ഇറക്കി വിജയകരമായി തിരിച്ചെത്തിക്കാൻ ആ ദശകം അവസാനിക്കും മുമ്പ് തന്നെ അമേരിക്കക്ക് കഴിയേണ്ടതുണ്ടെന്ന് പ്രസിഡന്റായ ജോൺ എഫ് കെന്നഡി അഭിപ്രായപ്പെട്ടു. പ്രസിഡന്റിന്റെ സ്വപ്നത്തെ യാഥാർത്ഥ്യമാക്കാൻ ശാസ്ത്രജ്ഞരും സാങ്കേതിക വിദഗ്ധരും ഊർജ്ജിത

ശ്രമം തുടങ്ങി. ബഹിരാകാശ യാത്രക്കാവശ്യമായ സാങ്കേതിക വിദ്യ വികസിപ്പിക്കാൻ അപ്പോളോദൗത്യങ്ങൾക്ക് മുന്നോടിയായി ജമിനി പദ്ധതി പരീക്ഷണയാത്രകൾ നടത്തി. ഭൂമിയുടെ ഗുരുത്വാകർഷണ ബലത്തെ മറികടന്ന് ബഹിരാകാശത്തെത്തുകയും വിജയകരമായി തിരിച്ചിറങ്ങുകയും ചെയ്യുന്ന സാങ്കേതികവിദ്യ കുറ്റമറ്റതാക്കാനും ബഹിരാകാശത്ത് ദീർഘസമയം കഴിയുന്നത് യാത്രികരെ എങ്ങനെ ബാധിക്കുന്നു എന്ന് പഠിക്കാനും ജമിനി സഹായിച്ചു. മനുഷ്യനെ ചന്ദ്രനിലെത്തിച്ച അപ്പോളോ പദ്ധതി 1961 മുതൽ 1972വരെ നീണ്ടു നിന്നു. മൂന്നുബഹിരാകാശയാത്രികർ ഉൾപ്പെട്ടതായിരുന്നു എല്ലാ അപ്പോളോ ദൗത്യങ്ങളും. രണ്ടുപേർ ചന്ദ്രനിലിറങ്ങുകയും മൂന്നാമൻ കമാന്റ് മോഡ്യൂളിലിരുന്ന് ദൗത്യത്തെ നിയന്ത്രിക്കുന്നതുമായിരുന്നു രീതി. അപ്പോളോ ദൗത്യങ്ങളുടെ തുടക്കം പരാജയത്തോടെയായിരുന്നു വിക്ഷേപണത്തിന് മുന്നോടിയായുള്ള പരീക്ഷണങ്ങൾക്കിടെ കമാന്റ് മോഡ്യൂളിൽ തീ പടർന്ന് വിർജിൽ ഗ്രിസോം, എഡ്വാർഡ് വൈറ്റ്, റോജർ ചാഫീ എന്നീ മൂന്ന് യാത്രികരും മരിച്ചു. എന്നാൽ തിരിച്ചടികളിൽ തളരാതെ അപ്പോളോ ദൗത്യം മുന്നോട്ട് പോയി. 1968 ഡിസംബർ 21 ന് യാത്രപുറപ്പെട്ട അപ്പോളോ 8 ചന്ദ്രനെ പത്തുവട്ടം വലംവെച്ചു. മറ്റൊരു ആകാശഗോളത്തെ ചുറ്റിക്കറങ്ങിയ ആദ്യത്തെ ബഹിരാകാശ ദൗത്യമായിരുന്നു അത്. അപ്പോളോ എട്ടിലെ യാത്രികർ ഭ്രമണപഥത്തിൽ നിന്ന് ഭൂമിയിലെ മനുഷ്യർക്ക് ക്രിസ്തുമസ് സന്ദേശമയച്ചു. ജനങ്ങൾ ഇത് ടി വി യിൽ തത്സമയം കണ്ടു. ബഹിരാകാശത്തെ വിജനതയിൽ ഇരുട്ടിൽ തിളങ്ങിനിൽക്കുന്ന നീലഗോളമായി ഭൂമിയുടെ പ്രശസ്തമായ ചിത്രം പകർത്തിയത് അപ്പോളോ എട്ടിലെ യാത്രക്കാരനായ വില്യം ആൻഡേഴ്സ് ആയിരുന്നു.

എന്നാൽ ഏറ്റവും മഹത്തായ വിജയം കാത്തിരിക്കുന്നതേ ഉണ്ടായിരുന്നുള്ളൂ. 1969 ജൂലൈ പതിനാറിന് ഫ്ലോറിഡയിലെ കെന്നഡി സ്പേസ് സെന്ററിൽ നിന്ന് സാറ്റേൺ V റോക്കറ്റ് അപ്പോളോ പതിനൊന്നിനേയും വഹിച്ച് യാത്ര തിരിച്ചു. മൂന്നുദിവസത്തെ യാത്രക്ക് ശേഷം ചന്ദ്രനിലെ പ്രശാന്തിയുടെ സമുദ്രം എന്നറിയപ്പെടുന്ന ഭാഗത്ത് ജൂലായ് 20 ന് അപ്പോളോ പതിനൊന്ന് ഇറങ്ങി. ജൂലായ് 21 ന് നീൽ ആംസ്ട്രോങ് ചന്ദ്രനിൽ കാലുകുത്തുന്ന ആദ്യ മനുഷ്യനായി. അൽപ്പസമയത്തിനു ശേഷം ബസ് (എഡ്വിൻ) ആൾഡ്രിനും അദ്ദേഹത്തെ പിന്തുടർന്നു. മൈക്കൽ കോളിൻസ് കമാന്റ് മോഡ്യൂളിലിരുന്ന്

ദൗത്യത്തെ നിയന്ത്രിച്ചു. 21 മണിക്കൂർ 31 മിനിറ്റ് സമയം അവർ അവിടെ ചെലവഴിച്ചു. 1969 ജൂലൈ 21 ലെ ആദ്യ കാൽവെയ്പിന് ശേഷം അഞ്ച് അപ്പോളോ ദൗത്യങ്ങളിലായി 10 പേർ കൂടി ചന്ദ്രനിലിറങ്ങി. ഇതിനിടെ ഓക്സിജൻ ടാങ്ക് പൊട്ടിത്തെറിച്ച് അപ്പോളോ 13 ദൗത്യത്തിന് ചന്ദ്രനിൽ ഇറങ്ങാനാകാതെ പോയെങ്കിലും, യാത്രികരെ സുരക്ഷിതമായി തിരിച്ച് ഭൂമിയിലെത്തിക്കാൻ കഴിഞ്ഞു. ഏതാണ്ട് 382 കിലോ മണ്ണും കല്ലുമാണ് വിവിധ അപ്പോളോ ദൗത്യങ്ങളിലായി ശേഖരിക്കപ്പെട്ടത്. ചന്ദ്രന്റെ ഉപരിതലഘടനയെക്കുറിച്ചുള്ള ശാസ്ത്രലോകത്തിന്റെ ജിജ്ഞാസകൾക്ക് ഉത്തരം നൽകാൻ ഇത് വഴി സാധിച്ചു. കാലക്രമേണ ചാന്ദ്രയാത്രകളോടുള്ള പൊതുജനത്തിന്റെ താല്പര്യം കുറഞ്ഞുതുടങ്ങി. വളരെയധികം പണം പര്യവേഷണത്തിനായി ഉപയോഗിക്കുന്നത് വിമർശിക്കപ്പെട്ടുതുടങ്ങി. 1972 ലെ അപ്പോളോ 17 ന് ശേഷമുള്ള മൂന്ന് ദൗത്യങ്ങൾ ഉപേക്ഷിക്കപ്പെടുകയാണുണ്ടായത്. 1972 ന് ശേഷം മനുഷ്യർ ചന്ദ്രനിൽ പോയില്ലെങ്കിലും ഇരുപതാം നൂറ്റാണ്ടിന്റെ അവസാനത്തിലും ഇരുപത്തൊന്നാം നൂറ്റാണ്ടിന്റെ തുടക്കത്തിലുമായി ജപ്പാൻ, ചൈന, ഇന്ത്യ, യൂറോപ്യൻ സ്പേസ് ഏജൻസി എന്നിവയുടെ ചാന്ദ്രദൗത്യങ്ങൾ ചന്ദ്രനെ സന്ദർശിച്ചു. 2008 ഒക്ടോബർ മുതൽ 2009 ആഗസ്റ്റ് വരെ നീണ്ടുനിന്ന ഇന്ത്യയുടെ ചാന്ദ്രയാൻ 1 തദ്ദേശീയമായി വികസിപ്പിച്ച സാങ്കേതികവിദ്യയാണ് ഉപയോഗിച്ചത്. അങ്ങനെ ചന്ദ്രനിൽ പതാക സ്ഥാപിക്കുന്ന നാലാമത്തെ രാജ്യമായി ഇന്ത്യ മാറി. ചന്ദ്രനിലെ മണ്ണിൽ ജലത്തിന്റെ അംശം കണ്ടുപിടിക്കാൻ കഴിഞ്ഞതാണ് ചാന്ദ്രയാന്റെ ഏറ്റവും വലിയ നേട്ടം. രണ്ടാം ഘട്ടമായ ചാന്ദ്രയാൻ 2 ഭാഗികമായി പരാജയപ്പെട്ടു. അറിയപ്പെടാത്ത ഒട്ടേറെ രഹസ്യങ്ങൾ ഇനിയും ചന്ദ്രൻ നമുക്കായി കാത്തുവെക്കുന്നുണ്ട്.

ചന്ദ്രനിൽ കാലുകുത്തിയ നീൽ ആംസ്ട്രോങ്ങും മറ്റ് ബഹിരാകാശ യാത്രികരും ആഘോഷിക്കപ്പെട്ടുമ്പോൾ തന്നെ പിന്നണിയിൽ പ്രവർത്തിക്കുന്ന ശാസ്ത്രജ്ഞരും സാങ്കേതികവിദഗ്ധരും അടക്കമുള്ള നൂറുകണക്കിന് പേരുടെ പങ്ക് വിസ്മരിക്കപ്പെട്ടുകൂടാ. വിക്ഷേപണത്തിനാവശ്യമായ വിവരങ്ങൾ ശേഖരിച്ച് ആവശ്യമായ കണക്കുകൂട്ടലുകൾ നടത്തുന്നത് വിദഗ്ധരടങ്ങിയ ഗ്രൗണ്ട് ടീമാണ്. ഇതുപയോഗിച്ച് ഫ്ലൈറ്റ് ടീം യാത്രയുടെ വിശദാംശങ്ങൾ തീരുമാനിക്കുന്നു. ഈ ശാസ്ത്രജ്ഞരുടേയും സാങ്കേതിക വിദഗ്ധരുടേയും കഠിനാധ്വാനമാണ് യഥാർത്ഥത്തിൽ പദ്ധതിയുടെ വിജയത്തെ നിർണ്ണയിക്കുന്നത്.

അപ്പോളോ പദ്ധതിയുടെ വിവിധ തലങ്ങൾ നിയന്ത്രിച്ച റോബർട്ട് ആർ ഗിൽറൂത്ത്, ജോർജ് മുള്ളർ, സാമുവൽ സി ഫിലിപ്സ്, കർട്ട് എച്ച് ദേബസ്, വെർണർ വോൺ ബ്രോൺ എന്നിവരൊക്കെ വിജയത്തിൽ നിർണ്ണായക പങ്ക് വഹിച്ചു. അപ്പോളോ പദ്ധതിയുടെ യാത്രാപഥം കണക്കാക്കൽ അടക്കമുള്ള ഗണിതവശം കൈകാര്യം ചെയ്ത കറുത്തവർഗ്ഗക്കാരായ സ്ത്രീകൾ അറിയപ്പെട്ടിരുന്നത് മനുഷ്യ കമ്പ്യൂട്ടറുകൾ എന്നായിരുന്നു. കുറഞ്ഞ വേതനത്തിൽ, പ്രത്യേകം മൂത്രപ്പുരകളും, ഭക്ഷണ മേശകളുമായി വർണ്ണവിവേചനം നേരിട്ട് ജോലി ചെയ്ത ഇവരുടെ സംഭാവനകൾ കൂടി ഓർമ്മിക്കപ്പെടേണ്ടതു ണ്ട്. നിങ്ങളെ അവിടെ എത്തിക്കാനുള്ള വഴി ഞാൻ തീരുമാനിച്ചു കഴിഞ്ഞു, പൊയ്ക്കോളൂ നിങ്ങളെത്തുമ്പോൾ ചന്ദ്രൻ അവിടെയുണ്ടാകും എന്ന് അപ്പോളോ 11 ലെ യാത്രക്കാർക്ക് ആത്മവിശ്വാസം പകർന്ന കാതറീൻ ജോൺസൺ അവരിലൊരാളായിരുന്നു. മനുഷ്യരുടെ കൂട്ടായ ശാസ്ത്രാന്വേഷണങ്ങളുടെ വിജയം തന്നെയാണ് മനുഷ്യനെ ചന്ദ്രനിൽ എത്തിച്ചത്.

അനേകംപേർ പട്ടിണി കിടക്കുമ്പോൾ ബഹിരാകാശയാത്രക ൾക്കായി ഇത്രയും പണം ചിലവിടേണ്ട ആവശ്യമുണ്ടോ എന്നതാണ് ഗവണ്മെന്റുകൾ അഭിമുഖീകരിക്കുന്ന പ്രധാന വിമർശനം. ശാസ്ത്രീ യമായ അറിവുകളെ വിപുലമാക്കുക എന്നത് ചാന്ദ്രയാൻ -1 ന്റെ ലക്ഷ്യങ്ങളിൽ ഒന്നായി പ്രഖ്യാപിക്കപ്പെട്ടിട്ടുണ്ട് എന്ന് കാണാം. മനുഷ്യന്റെ അറിവിന്റെ ചക്രവാളങ്ങളെ വിശാലമാക്കുക മാത്രമല്ല, പര്യവേഷണത്തിന്റെ ഭാഗമായി വികസിപ്പിച്ചെടുക്കുന്ന സാങ്കേതിക വിദ്യകൾ പലപ്പോഴും പൊതുസമൂഹത്തിന് കൂടി ഉപകാരപ്രദമാകുന്നു ണ്ട്. നമ്മുടെ കൈകളിലിരിക്കുന്ന മൊബൈൽഫോണിലെ ക്യാമറ വരെ ബഹിരാകാശ പര്യവേഷണങ്ങളുടെ സംഭാവനയാണെന്ന് പറയേണ്ടി വരും. 1990 കളിൽ ജെറ്റ് പ്രൊപൽഷൻ ലാബോറട്ടറി യിൽ നടന്ന, ബഹിരാകാശവാഹനങ്ങളിൽ ഉൾക്കൊള്ളിക്കാവുന്ന ചെറുതും, ഗുണമേന്മയുള്ളതുമായ ക്യാമറയ്ക്കായുള്ള ഗവേഷണങ്ങ ളാണ് മൊബൈൽഫോൺ കാമറക്ക് പിന്നിൽ. വയർലസ് ഹെഡ് ഫോണുകൾ, പോറലേൽക്കാത്ത ഗ്ലാസുകൾ, പോർട്ടബിൾ കമ്പ്യൂട്ടർ തുടങ്ങിയവയെല്ലാം ബഹിരാകാശപര്യവേഷണങ്ങളോട് കടപ്പെട്ടി രിക്കുന്നു. ജനപ്പെരുപ്പവും മലിനീകരണവും കൊണ്ട് വാസയോഗ്യ മല്ലാതാകുന്ന ഭൂമിയിലെ മനുഷ്യർക്ക് രക്ഷപ്പെടാനുള്ള അന്യഗ്രഹ കോളനിയായി ചന്ദ്രനെ മാറ്റാമെന്ന സ്വപ്നങ്ങളും നിലനിൽക്കുന്നു.

താൻ ജീവിക്കുന്ന പ്രപഞ്ചത്തെക്കുറിച്ചുള്ള ധാരണകളെ പുതിയ വിശാലതകളിലേക്ക് തുറന്നിടുന്നു എന്നതും ബഹിരാകാശ പര്യവേഷണങ്ങളുടെ നേട്ടം തന്നെ. ചാന്ദ്രപര്യവേഷണങ്ങളുടെ വിജയത്തെ അംഗീകരിക്കാൻ കൂട്ടാക്കാത്ത ഒരു വിഭാഗം തീവ്രമതവാദികളാണ്. മനുഷ്യൻ ചന്ദ്രനെ കീഴടക്കുന്നത് ദൈവത്തിന്റെ ദിവ്യത്വത്തോടുള്ള വെല്ലുവിളിയായി അവർ കാണുന്നു. അത് കൊണ്ട് തന്നെ ചാന്ദ്രയാത്ര കള്ളമായിരുന്നു എന്ന് തെളിയിക്കാൻ ധാരാളം ഗൂഢാലോചനാ സിദ്ധാന്തങ്ങളും മുന്നോട്ടുവെക്കപ്പെട്ടിട്ടുണ്ട്. എന്നാൽ ഇവയെല്ലാം അപ്രസക്തമാക്കി പുതിയ കുതിപ്പുകൾക്കായി ഇന്നും കൂടുതൽ രാജ്യങ്ങൾ ഒരുങ്ങുന്നു.

ഏറെക്കാലം സുഷുപ്തിയിലായിരുന്ന ചാന്ദ്രയാത്രകൾ ബഹിരാകാശ ഗവേഷണത്തിന്റെ മുഖ്യധാരയിലേക്ക് വീണ്ടും എത്തിക്കഴിഞ്ഞു. ഇരുപത്തൊന്നാം നൂറ്റാണ്ടിൽ, കൂടുതൽ വിപുലമായ പദ്ധതികളും അന്വേഷണവിഷയങ്ങളുമായി നിരവധി രാജ്യങ്ങൾ ചന്ദ്രനെ തേടി യാത്രതിരിക്കും. വീണ്ടും മനുഷ്യനെ ചന്ദ്രനിലയക്കുമെന്ന് അമേരിക്ക പ്രഖ്യാപിച്ചു കഴിഞ്ഞു. മറ്റ് ബഹിരാകാശയാത്രകൾക്കുള്ള ഇടത്താവളമൊരുക്കൽ, ധാതുഖനനം, കുടിയേറ്റ സാധ്യതകൾ എന്നിങ്ങനെ പരിഗണിക്കപ്പെടുന്ന വിഷയങ്ങൾ പലതാണ്. ഭാവിയിൽ എന്തെല്ലാം നേട്ടങ്ങൾ കൈവരിച്ചാലും മനുഷ്യന്റെ പ്രപഞ്ചാന്വേഷണങ്ങളുടെ ചരിത്രത്തിൽ ആദ്യത്തെ ചാന്ദ്രയാത്ര മായാത്ത നാഴികക്കല്ലായി നിലനിൽക്കും.

ക്രമത്തിന്റെ സൗന്ദര്യം തേടി

"മൃദുലവും ദുർബലവുമായ നാകം (സിങ്ക്) അമ്ലത്തിന് വളരെ വേഗം കീഴടങ്ങുന്നു, ഒറ്റ വായ്ക്ക് അകത്താക്കും പോലെ അമ്ലം അതിനെ അലിയിച്ചുകളയുന്നു. പക്ഷേ ശുദ്ധമായ രൂപത്തിൽ സിങ്കിന്റെ പെരുമാറ്റം തീർത്തും മറ്റൊരുതരത്തിലാണ്. ഈ രാസപ്രവർത്തനത്തിന് അൽപ്പം അശുദ്ധി ആവശ്യമാണ്, വ്യത്യസ്തമായ ഒന്നിന്റെ സാന്നിധ്യം. സൾഫ്യൂരിക് അമ്ലത്തിൽ അലിഞ്ഞുചേർന്ന ഏതാനും തുള്ളി കോപ്പർ സൾഫേറ്റില്ലാതെ ഈ രാസപ്രവർത്തനം വിജയിക്കുകയില്ല" നാസി ഭീകരതയുടെ കൊലയറയായ ഓഷ്വോവിറ്റ്സിൽ നിന്ന് രക്ഷപ്പെട്ട പ്രശസ്ത എഴുത്തുകാരനും രസതന്ത്രജ്ഞനുമായ പ്രിമോ ലെവി സിങ്ക് സൾഫേറ്റ് നിർമ്മിക്കുന്ന രാസപ്രവർത്തനത്തിലൂടെ സമൂഹത്തിൽ വൈവിധ്യം നിലനിൽക്കേണ്ടതിന്റെ പ്രാധാന്യത്തെപ്പറ്റി തന്റെ പീരിയോഡിക് ടേബിൾ എന്ന പുസ്തകത്തിൽ വിവരിക്കുന്നത് ഇങ്ങനെയാണ്. പീരിയോഡിക് ടേബിൾ അഥവാ ആവർത്തനപ്പട്ടിക എന്ന ആശയം തന്നെ രൂപപ്പെടുന്നത് ഭൗതികലോകത്തിന്റെ വൈവിധ്യങ്ങളെ മനസ്സിലാക്കാൻ എളുപ്പമാകും വിധത്തിൽ തരംതിരിച്ചെടുക്കുന്നതിനു വേണ്ടിയാണ്. ഒരേസമയം ജൈവ-അജൈവ ലോകങ്ങളുടെ അടിസ്ഥാന ഘടകങ്ങളിലേക്ക് കടന്നുചെന്ന് അവയുടെ പഠനം എളുപ്പമാക്കിത്തീർക്കും വിധത്തിൽ പട്ടികപ്പെടുത്തിയിരിക്കുന്നു. പ്രപഞ്ചത്തിലെ ദൃശ്യമായ ദ്രവ്യത്തെ മുഴുവൻ പ്രതിനിധീകരിക്കാൻ ഈ ഒറ്റപ്പട്ടികക്ക് കഴിയും എന്നതാണ് ഇതിന്റെ പ്രാധാന്യം. മനുഷ്യചരിത്രത്തിൽ ഏറ്റവും പ്രധാനപ്പെട്ട ക്രമീകരണ വ്യവസ്ഥയായാണ് ആവർത്തനപ്പട്ടിക അറിയപ്പെടുന്നത്. ഇന്നോളം കണ്ടെത്തപ്പെട്ട നൂറ്റിപ്പതിനെട്ട് മൂലകങ്ങളെ അവയുടെ

രാസസ്വഭാവത്തിനനുസരിച്ച് അടുക്കിവെക്കുക മാത്രമല്ല രസതന്ത്ര ത്തെ ഭൗതികശാസ്ത്രം, ജീവശാസ്ത്രം, ഭൗമശാസ്ത്രം എന്നിവയുമായെ ല്ലാം ബന്ധിപ്പിച്ചുകൊണ്ട് ശാസ്ത്രപഠനത്തിന്റെ കേന്ദ്രബിന്ദുവായി, ശാസ്ത്രത്തിന്റെ പൊതുചിഹ്നമായി ആവർത്തനപ്പട്ടിക നിലകൊള്ളു ന്നു. മനുഷ്യന് കണ്ടെത്തിയ പ്രാപഞ്ചിക നിയമങ്ങളിൽ ഏറ്റവും പ്രധാനപ്പെട്ടതെന്ന് ആവർത്തന നിയമം വിശേഷിപ്പിക്കപ്പെടുന്നതും ഇക്കാരണം കൊണ്ടുതന്നെ.

ഏഴ് നിലകളുള്ള ഒരു വീട് പോലെയാണ് ആവർത്തനപ്പട്ടിക യുടെ നിലവിലുള്ള ഘടന. എന്നാൽ ഇനിയും പുതിയ നിലകൾ നിർമ്മിക്കപ്പെടാനുള്ള സാധ്യത നിലനിൽക്കുന്നുമുണ്ട്. പിരീഡുകൾ എന്നാണ് ഈ നിലകൾ അറിയപ്പെടുന്നത്. പക്ഷേ സാധാരണ ബഹുനിലക്കെട്ടിടങ്ങൾ പോലെ താഴെ നിന്ന് മുകളിലേക്കല്ല ആവർത്തനപ്പട്ടികയുടെ നിലകൾക്ക് നമ്പറുകൾ നൽകപ്പെട്ടിട്ടുള്ളത്. പകരം മുകളിൽ നിന്ന് താഴേക്കാണ്. താഴെ നിന്ന് മുകളിലേക്ക് പോകുന്തോറും മുറികളുടെ എണ്ണം കുറഞ്ഞുവരുന്ന വിധത്തിലാണ് ഇതിന്റെ ഘടന. ഏറ്റവും മുകളിലുള്ള നിലയിൽ രണ്ട് മുറികൾ മാത്ര മാണുള്ളത്. രണ്ടാം നിലയിലും മൂന്നാം നിലയിലും എട്ട് മുറികൾ വീതവും നാലാം നിലയിലും അഞ്ചാം നിലയിലും പതിനെട്ട് മുറികൾ വീതവുമുണ്ട്. ഏറ്റവും താഴെയുള്ള അഞ്ചും ആറും നിലകളിൽ മുപ്പത്തി രണ്ട് മുറികൾ വീതമുണ്ട്. ഇങ്ങനെ ഏഴ് നിലകളിലായി നൂറ്റിപ്പതി നെട്ട മൂലകങ്ങളാണ് മൂലകവീട്ടിലെ താമസക്കാർ.

എന്നാൽ ഇത്തരമൊരു ഘടനയിലേക്ക് എത്തിച്ചേരൽ ഒട്ടും എളുപ്പമായിരുന്നില്ല. നിരവധി നൂറ്റാണ്ടുകൾ പലശാസ്ത്രജ്ഞരുടെ പ്ര യത്നങ്ങളിലൂടെയാണ് ആവർത്തനപ്പട്ടിക ഇന്നത്തെ രൂപത്തിലേക്ക് എത്തിയത്. ആ കഥയാവട്ടെ ശാസ്ത്രചരിത്രത്തിൽ സമാനതകളില്ലാ ത്തത്ര സംഭവ ബഹുലമാണ്.

ഒരു വസ്തുവിനെ എത്രത്തോളം ചെറുതാക്കാൻ പറ്റും? പണ്ടുതൊട്ടേ മനുഷ്യർക്കുള്ള സംശയമായിരുന്നു അത്. ശാസ്ത്രാന്വേഷണത്തിന്റെ ഭാഗമല്ല മറിച്ച് പദാർത്ഥപ്രപഞ്ചത്തേയും മനുഷ്യാസ്തിത്വത്തേയും ബന്ധിപ്പിക്കാൻ ശ്രമിക്കുന്ന തത്വചിന്താപരമായ പ്രഹേളികയാ യിരുന്നു ആദ്യകാലത്ത് ഇത്. പുരാതനഗ്രീസിലേയും ഇന്ത്യയിലേ യും തത്വചിന്തകർ വസ്തുക്കൾ നിർമ്മിക്കപ്പെട്ടിട്ടുള്ള അടിസ്ഥാന കണങ്ങളെപ്പറ്റിയുള്ള ആശയങ്ങൾ രൂപീകരിക്കാൻ ശ്രമിച്ചിരുന്നു. വിഭജിച്ച് വിഭജിച്ച് ചെല്ലുമ്പോൾ ഒരു അടിസ്ഥാന കണത്തിൽ

എത്തിച്ചേരും എന്ന കാര്യത്തിൽ പലരും ഏകാഭിപ്രായക്കാരായിരുന്നു. എന്നാൽ ബി. സി അഞ്ചാം നൂറ്റാണ്ടിൽ ജീവിച്ചിരുന്ന തത്വചിന്തകനായ ല്യൂസിപ്പസും ശിഷ്യനായ ഡെമോക്രിറ്റസുമാണ് ഇതെപ്പറ്റി സുസംഘടിതമായ ഒരു സിദ്ധാന്തം മുന്നോട്ടുവച്ചത്. വസ്തുക്കൾ നിർമ്മിക്കപ്പെട്ടിട്ടുള്ള അടിസ്ഥാനകണങ്ങൾക്ക് വിഭജിക്കാനാവാത്തത് എന്ന അർത്ഥത്തിൽ ആറ്റം എന്ന പേരും നൽകി. ഒരു വസ്തുവിലെ ആറ്റങ്ങളുടെ എണ്ണം അനന്തമാണെന്നും, അവയെ നിർമ്മിക്കാനോ നശിപ്പിക്കാനോ സാധ്യമല്ലെന്നും കൂടി ഡെമോക്രിറ്റസ് പറഞ്ഞുവെച്ചു. മാത്രമല്ല വസ്തുക്കളുടെ സ്വഭാവം അവയിലെ ആറ്റങ്ങളുടെ സ്വഭാവം തന്നെയാണ് എന്നും അവർ കരുതി. ഇരുമ്പ് ഖരാവസ്ഥയിലുള്ളത് ആറ്റങ്ങളെ തമ്മിൽ കൂട്ടിച്ചേർക്കുന്ന കൊളുത്തുകൾ ഉള്ളതുകൊണ്ടാണെന്നും, വെള്ളത്തിലെ ആറ്റങ്ങൾ മൃദുവും വഴുക്കുന്നതുമായത് കൊണ്ടാണ് അതിന് ഒഴുകാൻ പറ്റുന്നതെന്നുമായിരുന്നു അവരുടെ ധാരണ. നിർമ്മിക്കാനോ നശിപ്പിക്കാനോ സാധ്യമല്ലാത്ത ഈ അടിസ്ഥാന കണത്തെ കണാദൻ പരമാണു എന്നും വിളിച്ചു. നിശ്ചലവും, ചലിക്കുന്നതുമായ രണ്ടവസ്ഥകൾ അണുവിന് സാധ്യമാണെന്നും, താപത്തിന്റെയും മറ്റും സാന്നിധ്യത്തിൽ അണുക്കൾ കൂടിച്ചേരുമ്പോൾ പഴങ്ങൾ പഴുക്കുന്നത് പോലെയുള്ള രാസമാറ്റങ്ങൾ ഉണ്ടാകുമെന്നുമായിരുന്നു അദ്ദേഹത്തിന്റെ അഭിപ്രായം.. ഡെമോക്രിറ്റസിന്റെ സിദ്ധാന്തത്തെ എപിക്യൂറസും ലൂക്രീഷ്യസുമെല്ലാം പിന്നീട് ഏറ്റെടുത്തെങ്കിലും മധ്യകാല ഇരുട്ടിൽ ഈ ആശയങ്ങൾ മുങ്ങിപ്പോവുകയാണ് ഉണ്ടായത്. പന്ത്രണ്ടാം നൂറ്റാണ്ടിൽ അരിസ്റ്റോട്ടിലിന്റെ രചനകളിലൂടെ ഇവ വീണ്ടും വെളിച്ചം കണ്ടു. പതിനാലാം നൂറ്റാണ്ടോടെ യൂറോപ്പിൽ ആറ്റത്തെക്കുറിച്ചുള്ള ചർച്ചകൾ വീണ്ടും സജീവമായെങ്കിലും സൃഷ്ടികർത്താവ് ദൈവമാണെന്ന ക്രൈസ്തമതാശയത്തിന് വിരുദ്ധമായതിനാൽ കടുത്ത എതിർപ്പ് നേരിട്ടു. ആറ്റങ്ങളെ സൃഷ്ടിച്ചത് ദൈവമാണ് എന്ന സങ്കൽപ്പനം കൂട്ടിച്ചേർത്താണ് ഈ സംഘർഷത്തെ മറികടക്കാൻ ശ്രമിച്ചത്. ഏതായാലും പതിനേഴാം നൂറ്റാണ്ടോടെ ആറ്റങ്ങളാണ് വസ്തുക്കൾ നിർമ്മിച്ചിരിക്കുന്ന അടിസ്ഥാന കണങ്ങൾ എന്ന ധാരണ പൊതുവേ അംഗീകരിക്കപ്പെട്ടു.

ഇതേ സമയം ആറ്റങ്ങൾ നിർമ്മിച്ചിരിക്കുന്ന വസ്തുക്കളുടെ സ്വഭാവത്തെപ്പറ്റിയുള്ള ആലോചനകളും നടക്കുന്നുണ്ടായിരുന്നു. ആറ്റത്തിന്റെ കാര്യത്തിലെന്നപോലെ ഇതും ശാസ്ത്രാന്വേഷണത്തിന്റെ

ഭാഗമൊന്നുമായിരുന്നില്ല. വായു, ജലം, മണ്ണ്, അഗ്നി എന്നിവകൊണ്ടാണ് എല്ലാ വസ്തുക്കളും നിർമ്മിക്കപ്പെട്ടിരിക്കുന്നത് എന്നായിരുന്നു പ്രാചീന ഗ്രീക്കുകാരുടെ ധാരണ. പദാർത്ഥങ്ങളുടെ അടിസ്ഥാന വസ്തുക്കൾ എന്ന അർത്ഥത്തിൽ എലമന്റ്സ് അഥവാ മൂലകങ്ങൾ എന്ന പദം ആദ്യമായി ഉപയോഗിച്ചത് പ്ലാറ്റോ ആണ്. രാസമൂലകങ്ങളുമായി യാതൊരു ബന്ധവും ഈ ആശയത്തിനുണ്ടായിരുന്നില്ലെങ്കിലും വസ്തുക്കൾ നിർമ്മിച്ചിരിക്കുന്നത് എന്തുകൊണ്ട് എന്ന അടിസ്ഥാന പ്രശ്നത്തിന്റെ അന്വേഷണങ്ങൾ തുടങ്ങുന്നത് ഇവിടെ നിന്നാണ്. പിന്നീട് അരിസ്റ്റോട്ടിൽ ഈതർ എന്നൊരു അഞ്ചാം മൂലകം കൂടി ഇതിനോട് കൂട്ടിച്ചേർത്തു. ഇതേ ആശയം തന്നെയാണ് പ്രാചീന ഭാരതീയരുടെ പഞ്ചഭൂത സിദ്ധാന്തവും പിന്തുടരുന്നത്. എന്നാൽ പിൽക്കാലത്ത് മനുഷ്യരാശിയുടെ അറിവിന്റെ പരിധികൾ കൂടുതൽ വിസ്തൃതമായപ്പോൾ ഭിന്ന സ്വഭാവമുള്ള ഒട്ടനേകം വസ്തുക്കളുടെ സവിശേഷതകളെ അടയാളപ്പെടുത്താൻ അഞ്ച് മൂലകങ്ങൾ കൊണ്ട് കഴിയാതെ വന്നു. ആറ്റം, മൂലകം എന്നീ രണ്ട് ആശയങ്ങളെ കോർത്തിണക്കുന്നത് പതിനേഴാം നൂറ്റാണ്ടിൽ റോബർട്ട് ബോയിലാണ്. വിഭജിച്ച് മറ്റുവസ്തുക്കളായിമാറ്റാൻ കഴിയാത്ത അടിസ്ഥാന പദാർത്ഥങ്ങളാണ് മൂലകങ്ങൾ എന്ന അദ്ദേഹത്തിന്റെ ആശയം പിന്നീട് മൂന്നു നൂറ്റാണ്ടുകളോളം നിലനിന്നു. റേഡിയോ ആക്റ്റിവിറ്റി കണ്ടെത്തുന്നത് വരെ ഒരു മൂലകത്തെ മറ്റൊന്നായി മാറ്റാൻ കഴിയില്ല എന്ന ധാരണക്ക് ഇളക്കമുണ്ടായതുമില്ല. ചരിത്രാതീതകാലത്ത് തന്നെ ചെമ്പും ഇരുമ്പും സ്വർണ്ണവും കാർബണും സൾഫറുമടക്കം പത്തോളം മൂലകങ്ങൾ മനുഷ്യന് സുപരിചിതമായിരുന്നു. എന്നാൽ പതിനേഴാം നൂറ്റാണ്ടിൽ (1669) മൂത്രത്തിൽ നിന്ന് സ്വർണ്ണം ഉത്പാദിപ്പിക്കാനുള്ള ശ്രമത്തിനിടെ ആൽക്കെമിസ്റ്റായ ഹെനിഗ് ബ്രാന്റ് ഫോസ്ഫറസ് കണ്ടെത്തിയത് മൂലകങ്ങളുടെ ചരിത്രത്തിൽ ഒരു വഴിത്തിരിവായിരുന്നു. 1850 ആയപ്പോഴേക്ക് അറുപത്തിമൂന്ന് മൂലകങ്ങൾ കണ്ടെത്തിക്കഴിഞ്ഞിരുന്നു. ഇരുപതാംനൂറ്റാണ്ടിന്റെ തുടക്കത്തിൽ തന്നെ പ്രകൃതിയിൽ സ്വാഭാവികമായി കാണപ്പെടുന്ന മിക്കവാറും മൂലകങ്ങൾ കണ്ടെത്തപ്പെട്ടു.

മനുഷ്യരാശിയുടെ അറിവിന്റെ വികാസത്തിനൊപ്പം രാസലോകത്തിന്റെ സങ്കീർണ്ണതയും വർദ്ധിച്ചു വന്നപ്പോൾ മൂലകങ്ങളുടെ ഒറ്റയൊറ്റയായുള്ള പഠനം പ്രയാസമുള്ളതായി. വൈജ്ഞാനിക വിപ്ലവാനന്തരം ശാസ്ത്രരംഗത്ത് ഉണ്ടായ വലിയ കുതിപ്പ് പദാർത്ഥവിജ്ഞാനീയത്തെ

വിപ്ലവകരമായ രീതിയിൽ മാറ്റിമറിച്ച് കഴിഞ്ഞിരുന്നു. മാത്രമല്ല മൂലകങ്ങൾ കൂടിച്ചേർന്നുണ്ടാകുന്ന ധാരാളം സംയുക്തങ്ങൾ കണ്ടുപിടിക്കപ്പെടുകയും, ഇവയുടെ രൂപീകരണത്തിൽ ചില അടിസ്ഥാന നിയമങ്ങൾ പാലിക്കപ്പെടുന്നതായി കണ്ടെത്തുകയും ചെയ്തു. അതായത് ഹൈഡ്രജനും ഓക്സിജനും കൂടിച്ചേർന്ന് ജലം രൂപപ്പെടണമെങ്കിൽ അവ തമ്മിൽ ഒരു പ്രത്യേക അനുപാതം പാലിക്കേണ്ടതുണ്ട്. അതുപോലെ ചില മൂലകങ്ങൾക്ക് തമ്മിലുള്ള സ്വഭാവ സാമ്യങ്ങളും വ്യക്തമായിത്തുടങ്ങി. ഇതോടെ മൂലകങ്ങളെ പൊതുസ്വഭാവങ്ങളുടെ അടിസ്ഥാനത്തിൽ വർഗ്ഗീകരിക്കാനുള്ള ശ്രമങ്ങൾ ആരംഭിച്ചു. ഒരു പൊതുവായ വർഗ്ഗീകരണ പദ്ധതി എന്ന ആശയത്തിന്റെ ഉദയം ഇവിടെനിന്നാണ്. ശാസ്ത്രരംഗത്തുള്ള മറ്റനേകം ഉദാഹരണങ്ങൾ പോലെ ആവർത്തനപ്പട്ടികയും പലകാലങ്ങളിൽ പല ശാസ്ത്രജ്ഞരുടെ ശ്രമങ്ങളിലൂടെ രൂപം കൊണ്ടതാണ്. പല ശാസ്ത്രജ്ഞർ പല നൂറ്റാണ്ടുകളിലായി അവതരിപ്പിച്ച നിരീക്ഷണങ്ങൾ ഉൾക്കൊണ്ടും പരിഷ്കരിച്ചുമാണ് ആവർത്തനപ്പട്ടിക ഇന്ന് നമ്മൾ ഉപയോഗിക്കുന്ന രൂപത്തിൽ എത്തിയത്. ആ കഥയാവട്ടെ ശാസ്ത്രത്തിന്റെ യുക്തിക്കൊപ്പം മനുഷ്യഭാവന കൂടി പ്രവർത്തിക്കുന്നതിനുള്ള മികച്ച ഉദാഹരണവുമാണ്. യുക്തിയും ഭാവനയും രണ്ട് വിരുദ്ധധ്രുവങ്ങളാണെന്നും ഇവ പ്രവർത്തിക്കുന്നത് തികച്ചും സ്വതന്ത്രമായാണ് എന്നും പൊതുവേ കരുതാറുണ്ട്. യുക്തിസഹമായ വിശദീകരണങ്ങൾക്കുമേലെയാണ് ശാസ്ത്രത്തിന്റെ അടിത്തറ കെട്ടിയുയർത്തപ്പെട്ടിട്ടുള്ളത് എന്നത് വാസ്തവം തന്നെ, എന്നാൽ അറിഞ്ഞതിനപ്പുറമുള്ള സാധ്യതകളെ ഭാവനകൊണ്ട് എത്തിപ്പിടിക്കാൻ കഴിയുമ്പോൾ മാത്രമേ പുതിയ കണ്ടെത്തലുകൾ ജനിക്കുകയുള്ളൂ.

പുതിയ അനേകം മൂലകങ്ങൾ കണ്ടെത്തപ്പെട്ടതോടെ യുക്തിസഹമായ വിധത്തിൽ ഇവയെ അടുക്കിവെക്കുന്ന ഒരു ക്രമീകരണം ആവശ്യമായി വന്നു. എന്നാൽ മൂലകങ്ങളുടെ സ്വഭാവ സവിശേഷതകളുടെ അടിസ്ഥാനമെന്ത് എന്നതിനെപ്പറ്റി അക്കാലത്ത് യാതൊരു ധാരണയും ഉണ്ടായിരുന്നില്ല. മൂലകങ്ങളേയും സംയുക്തങ്ങളെയും പറ്റി പഠിക്കാൻ അവയുടെ പരസ്പരസാമ്യങ്ങളുടെ അടിസ്ഥാനത്തിലുള്ള ഒരു വർഗ്ഗീകരണ വ്യവസ്ഥ ആവശ്യമായിരുന്നു. അക്കാലത്ത് ശാസ്ത്രലോകം നേരിട്ട ഏറ്റവും വലിയ പ്രതിസന്ധികളിൽ ഒന്നായിരുന്നു ഇത്. ഖരം, ദ്രാവകം, വാതകം എന്നിങ്ങനെ ഭൗതികാവസ്ഥയെ അടിസ്ഥാനമാക്കി മൂലകങ്ങളുടെ പട്ടിക തയ്യാറാക്കാൻ പതിനെട്ടാം

നൂറ്റാണ്ടിൽ ലാവോസിയേ ശ്രമിച്ചു. എന്നാൽ ഭൗതികാവസ്ഥക്കപ്പുറം പദാർത്ഥങ്ങളുടെ രാസസവിശേഷതകളിലേക്ക് അദ്ദേഹത്തിന്റെ നോട്ടം കടന്നില്ലെന്ന് മാത്രമല്ല മൂലകങ്ങൾ കൂടിച്ചേർന്നുണ്ടായ പല സംയുക്തങ്ങളും അദ്ദേഹത്തിന്റെ പട്ടികയിൽ കടന്നുകൂടുകയും ചെയ്തു. മൂലകങ്ങളുടെ രാസസ്വഭാവത്തെ പരിഗണിച്ചുകൊണ്ട് പട്ടികപ്പെടുത്താൻ ആദ്യമായി ശ്രമിക്കുന്നത് 1817 ൽ ഡോബറീനർ എന്ന ശാസ്ത്രജ്ഞനാണ്.. മൂലകങ്ങളെ അവയുടെ സ്വഭാവത്തിന്റെ അടിസ്ഥാനത്തിൽ മൂന്നെണ്ണം വീതമുള്ള ഗ്രൂപ്പുകളായി അദ്ദേഹം തിരിച്ചു. ത്രികങ്ങൾ എന്നാണ് ഇവ അറിയപ്പെട്ടത്. ചില മൂലകങ്ങളിൽ മാത്രം ഒതുങ്ങിയെങ്കിലും അദ്ദേഹം തെരഞ്ഞെടുത്ത മൂലകങ്ങൾ സമാനമായ രാസസ്വഭാവങ്ങൾ കാണിക്കുന്നവ തന്നെയായിരുന്നു. മാത്രമല്ല ഇവയിൽ നടുവിലുള്ള മൂലകത്തിന്റെ ഭാരവും സ്വഭാവവും രണ്ടുവശങ്ങളിലുമുള്ള മൂലകങ്ങളുടെ ശരാശരി ആയിരിക്കുമെന്നും ഡോബറീനർ അഭിപ്രായപ്പെട്ടു. ഏതാണ്ട് മുപ്പത് വർഷത്തോളം ത്രികങ്ങളെ കണ്ടെത്താനായി നിരവധി ശാസ്ത്രജ്ഞർ ഗവേഷണങ്ങളിൽ ഏർപ്പെട്ടിരുന്നു. എന്നാൽ അന്ന് കണ്ടെത്തിയിരുന്ന മൂലകങ്ങളുടെ പോലും അറ്റോമിക ഭാരം കൃത്യമായി അറിയാത്തത് ഇത്തരം ശ്രമങ്ങൾക്ക് പരിമിതിയായി. ഒരേ സ്വഭാവ സവിശേഷതകൾ ഉള്ള മൂന്നിൽ കൂടുതൽ മൂലകങ്ങൾ ഉണ്ടെന്നു മനസ്സിലായതോടെ ഈ വർഗ്ഗീകരണം ചോദ്യം ചെയ്യപ്പെട്ടു. മാത്രമല്ല എല്ലാ മൂലകങ്ങളേയും മൂന്നെണ്ണം വീതമുള്ള ഗ്രൂപ്പുകളായി തിരിക്കാൻ കഴിഞ്ഞതുമില്ല. ഡി ഷാൻകുർട്ടോയ് എന്ന ഫ്രഞ്ച് ജിയോളജിസ്റ്റാണ് മൂലകങ്ങളുടെ സ്വഭാവങ്ങൾ ചില ഇടവേളകളിൽ ആവർത്തിക്കുന്നതായി ആദ്യമായി മനസ്സിലാക്കിയത്. ഒരു സിലിണ്ടറിന് പുറത്ത് ചുറ്റിപ്പോകുന്ന പിരിയൻ കോണി പോലെ അദ്ദേഹം മൂലകങ്ങളെ അടുക്കിവെച്ചു. ആദ്യത്തെ ആവർത്തനപ്പട്ടികയായി ഇതിനെ കണക്കാക്കാം. എന്നാൽ അന്നത്തെ ശാസ്ത്രലോകം ഈ ക്രമീകരണത്തെ വേണ്ടവിധം പരിഗണിച്ചില്ല. മാത്രമല്ല അക്കാലത്തെ പരിമിതമായ അറിവ് മൂലം ചില അയോണുകളെയും സംയുക്തങ്ങളെയും തെറ്റായി പട്ടികയിൽ ഉൾപ്പെടുത്തുകയും ചെയ്തിരുന്നു. 1868 ലെ സൂര്യഗ്രഹണ സമയത്തുള്ള സൗരസ്പെക്ട്രം പരിശോധിക്കവേ അവിചാരിതമായി ലോക്കിയർ, ജാൻസെൻ എന്നീ ശാസ്ത്രജ്ഞൻമാർ ഹീലിയം എന്ന പുതിയ മൂലകത്തെ കണ്ടെത്തി. ഇതോടെ സൂര്യനിൽ നിലനിൽക്കുന്ന വിവിധ മൂലകങ്ങളെക്കുറിച്ചുള്ള പ്രവചനങ്ങളുടെ ഒഴുക്കായി. ഇതിന് സമാന്തരമായി മൂലകങ്ങളുടെ പട്ടികയുണ്ടാക്കാനുള്ള ശ്രമത്തിൽ

നൂറുകണക്കിന് ശാസ്ത്രജ്ഞർ ഏർപ്പെട്ടു. ഇത്തരത്തിലുള്ള അഞ്ഞൂറിലധികം പട്ടികകൾ മ്യൂസിയത്തിൽ സൂക്ഷിക്കപ്പെട്ടിരുന്നത്രേ. ഏതാനും മൂലകങ്ങൾ മുതൽ ആയിരം മൂലകങ്ങൾക്കുള്ള കളങ്ങൾ വരെയുള്ള പട്ടികകൾ ഇക്കൂട്ടത്തിൽ ഉണ്ടായിരുന്നു. എന്നാൽ പുതിയ മൂലകങ്ങളായി കരുതിയവ പലതും അയോണുകൾ ആണെന്ന് മനസ്സിലായതോടെ പുതിയ മൂലകങ്ങൾ കണ്ടെത്താനാഗ്രഹിച്ചിരുന്നവരുടെ പ്രതീക്ഷകൾ മാഞ്ഞു.

ഷാൻകർട്ടോയുടെ പട്ടികക്ക് ശേഷം ശ്രദ്ധേയമായ ഒരു ശ്രമം നടത്തിയത് ജോൺ അലക്സാണ്ടർ ന്യൂലാന്റ്സ് എന്ന ശാസ്ത്രജ്ഞനായിരുന്നു. പ്രകൃതിയിൽ നിലനിൽക്കുന്ന എല്ലാറ്റിലും സ്വാഭാവികമായ ഒരു താളമുണ്ടെന്നായിരുന്നു അദ്ദേഹത്തിന്റെ അഭിപ്രായം. ഇത് മൂലകങ്ങൾക്കും ബാധകമാണെന്നും കരുതി. സംഗീതത്തിലെ സപ്തസ്വരങ്ങൾ പോലെ, മൂലകങ്ങളെ അറ്റോമിക ഭാരത്തിന്റെ അടിസ്ഥാനത്തിൽ അടുക്കിവെക്കുമ്പോൾ ഓരോ ഏഴ് മൂലകങ്ങൾക്ക് ശേഷവും സമാന സ്വഭാവമുള്ള മൂലകങ്ങൾ ആവർത്തിക്കുമെന്ന് ന്യൂലാന്റ്സ് പറഞ്ഞു. ന്യൂലാന്റ്സിന്റെ അഷ്ടക നിയമം എന്നാണ് ഇതറിയപ്പെട്ടത്. എന്നാൽ ചില മൂലകങ്ങളെ സംബന്ധിച്ച് ശരിയായിരുന്നെങ്കിലും തീർത്തും വിഭിന്നമായ സ്വഭാവങ്ങൾ കാണിക്കുന്ന കാർബണിനേയും മെർക്കുറിയെയും പോലുള്ള മൂലകങ്ങൾ ഒരേ ഗ്രൂപ്പിൽ ഉൾപ്പെട്ടു. ന്യൂലാന്റ്സിന്റെ വർഗ്ഗീകരണ പദ്ധതി ശാസ്ത്രജ്ഞർക്കിടയിൽ വലിയ എതിർപ്പുണ്ടാക്കി. ഇക്കണക്കിന് അക്ഷരമാലാക്രമത്തിലും മൂലകങ്ങളെ ക്രമീകരിക്കാമല്ലോ എന്ന് അവർ അദ്ദേഹത്തെ പരിഹസിച്ചു. ജൂലിയസ് ലോതർ മേയർ, വില്യം ഓഡ്ലിങ്ങ് എന്നീ ശാസ്ത്രജ്ഞർ ആറ്റോമിക ഭാരത്തിനൊപ്പം മൂലകങ്ങളുടെ സംയോജകത (valency) കൂടി കണക്കിലെടുത്ത് മൂലകങ്ങളെ വർഗ്ഗീകരിക്കാൻ ശ്രമിച്ചു. ഒരു മൂലകത്തിന് മറ്റ് മൂലകങ്ങളോട് കൂടിച്ചേരാനുള്ള കഴിവിനെ സൂചിപ്പിക്കുന്ന സംഖ്യയാണ് അതിന്റെ സംയോജകത. ഉദാഹരണത്തിന് കറിയുപ്പ് അഥവാ സോഡിയം ക്ലോറൈഡിൽ(NaCl) സോഡിയത്തിന്റെ സംയോജകത ഒന്നാണ്, അതേ സമയം കാത്സ്യം ക്ലോറൈഡിൽ കാത്സ്യം രണ്ട് ക്ലോറിൻ ആറ്റങ്ങളുമായി ചേരുന്നതിനാൽ കാത്സ്യത്തിന്റെ സംയോജകത രണ്ടാണ്. സമാന സ്വഭാവമുള്ള മൂലകങ്ങളുടെ വാലൻസിയും ഒരുപോലെയായിരിക്കും. ഇത്തരത്തിൽ മൂലകങ്ങളെ ആറ് ഗ്രൂപ്പുകളായി തിരിച്ചുകൊണ്ട് ലോതർ മേയർ 1864ൽ പ്രസിദ്ധീകരിച്ച പട്ടികക്ക് പിൽക്കാലത്ത് മെന്റലീഫ് രൂപപ്പെടുത്തിയ പട്ടികയുമായി

സാമ്യമുണ്ടായിരുന്നു. എന്നാൽ വെറുമൊരു ക്രമീകരണ പട്ടിക അവതരിപ്പിക്കുക എന്നതിനപ്പുറം മൂലകങ്ങളുടെ സ്വഭാവങ്ങളിലെ സാമ്യ-വൈജാത്യങ്ങൾക്ക് കാരണമെന്ത് എന്നുകൂടി പരിഗണിച്ചു കൊണ്ട് അതിനെ ഒരു പൊതുനിയമമായി മുന്നോട്ടുവെക്കാൻ മെന്റലീഫിന് കഴിഞ്ഞു. 1869ൽ മെന്റലീഫ് നിശ്ചിതമായ ഇടവേളകളിൽ മൂലകങ്ങളുടെ സവിശേഷ സ്വഭാവങ്ങൾ ആവർത്തിക്കുന്നു എന്ന് തിരിച്ചറിയുകയും അതിനെ അടിസ്ഥാനമാക്കി അന്ന് അറിവുണ്ടായിരുന്ന അറുപത്തിമൂന്ന് മൂലകങ്ങളേയും പട്ടികപ്പെടുത്തുകയും ചെയ്തതാണ് ആവർത്തനപ്പട്ടികയുടെ ചരിത്രത്തെ തിരുത്തിക്കുറിച്ചത്. രാസസ്വഭാവങ്ങളിൽ സമാനങ്ങളായ മൂലകങ്ങളുടെ അണുഭാരങ്ങൾ ഏതാണ്ട് തുല്യമോ ക്രമാനുഗതമായി വർധിക്കുന്നതോ ആണെന്ന് അദ്ദേഹം കണ്ടെത്തി. പ്രകൃതിയിൽ സുലഭമായി കാണപ്പെടുന്ന മൂലകങ്ങളുടെ അറ്റോമിക ഭാരം കുറവാണ് എന്നും നിരീക്ഷിച്ചു. മൂലകങ്ങളുടെ സ്ഥിരത സംബന്ധിച്ച് ഈ നിരീക്ഷണം പിൽക്കാലത്ത് ഏറെ പ്രസക്തമായി. കൂടുതൽ മൂലകങ്ങൾ കണ്ടെത്താം എന്ന് പ്രവചിക്കുക മാത്രമല്ല അവക്കായി തന്റെ പട്ടികയിൽ സ്ഥലം ഒഴിച്ചിടുകയും അവയുടെ ഭൗതികരാസസ്വഭാവങ്ങൾ കൃത്യമായി പ്രവചിക്കുകയും ചെയ്തു. ഇന്നത്തെ ആവർത്തനപ്പട്ടികയുടെ രൂപത്തിൽ നിന്ന് വ്യത്യസ്തമായി ഗ്രൂപ്പുകളെ വരികളായും പിരീഡുകളെ കുത്തനെയുള്ള നിരകളായുമാണ് ആദ്യം മെന്റലീഫ് ക്രമീകരിച്ചത്. 1871 ൽ പ്രസിദ്ധീകരിച്ച പുതുക്കിയ പട്ടികയിൽ ഗ്രൂപ്പുകളെ കുത്തനെയുള്ള വരികളായും പിരീഡുകളെ നിരകളായും മാറ്റി രൂപം പരിഷ്കരിച്ചു. മൂലകങ്ങളെ എട്ട് ഗ്രൂപ്പുകളായി വേർതിരിച്ചതിനാൽ അവയുടേയും അവയുണ്ടാക്കുന്ന സംയുക്തങ്ങളുടേയും പഠനം എളുപ്പമായി. ഒറ്റനോട്ടത്തിൽ തന്നെ രാസപ്രവർത്തനശേഷി, തിളനില എന്നിവയെല്ലാം പ്രവചിക്കാവുന്ന അവസ്ഥയുമുണ്ടായി. മാത്രമല്ല ചില മൂലകങ്ങളെ അറ്റോമികഭാരത്തിന്റെ ക്രമം ലംഘിച്ച് രാസസ്വഭാവത്തിന്റെ അടിസ്ഥാനത്തിൽ യഥാർത്ഥ ഗ്രൂപ്പിൽ ഉൾപ്പെടുത്തിയതും അദ്ദേഹത്തിന്റെ വിജയമാണ്. പ്രവചിക്കപ്പെട്ട മൂന്ന് മൂലകങ്ങൾക്ക് അദ്ദേഹം ഏക-ബോറോൺ; ഏക-അലൂമിനിയം; ഏക-സിലിക്കൺ എന്നിങ്ങനെ പേരും നൽകി. പിന്നീട് ഏക-അലൂമിനിയം, ഏക-ബോറോൺ, ഏക-സിലിക്കൺ എന്നിവ വിവിധ ശാസ്ത്രജ്ഞർ കണ്ടുപിടിക്കുകയും അവയ്ക്ക് ഗാലിയം, സ്കാൻഡിയം, ജർമേനിയം എന്നീ പേരുകൾ നൽകുകയും ചെയ്തു. അലുമിനിയത്തിന് അപ്പുറമുള്ള എന്ന അർത്ഥത്തിലാണ് സംസ്കൃത പദമായ ഏക മെന്റലീഫ് ഉപയോഗിച്ചത്.

മൂലകങ്ങളുടെ സ്വഭാവങ്ങൾ അവയുടെ അറ്റോമിക ഭാരവുമായി ബന്ധപ്പെട്ടിരിക്കുന്നു എന്നും ഇതിന്റെ അടിസ്ഥാനത്തിലാണ് അവ തമ്മിലുള്ള സാമ്യ-വൈജാത്യങ്ങൾ നിലനിൽക്കുന്നത് എന്നും മെൻഡലീഫ് കണ്ടെത്തി. ഈ കണ്ടെത്തലിന് രസതന്ത്രത്തിന്റെ മാത്രമല്ല മറ്റ് ശാസ്ത്രശാഖകളുടെയും ചരിത്രത്തിൽ വലിയ പ്രാധാന്യമുണ്ട്. ചിന്നിച്ചിതറിക്കിടക്കുന്ന ജിസ്ഗോപസിലിലെ കഷണങ്ങൾ കൂട്ടിച്ചേർന്ന് ഒരു മുഴചിത്രം നിർമ്മിക്കും പോലെ, മൂലകങ്ങളുടെ രാസസ്വഭാവങ്ങളുടെ രഹസ്യം ഇതോടെ ഒരു മുഴചിത്രമായി രൂപപ്പെടാൻ തുടങ്ങി. ആറ്റത്തിന്റെ ഘടനയെക്കുറിച്ചുള്ള ഭൗതികശാസ്ത്രത്തിന്റെ അന്വേഷണങ്ങൾക്കും ഈ കണ്ടെത്തൽ പ്രചോദനമായി. ഭൗമശാസ്ത്രം, ജീവശാസ്ത്രം തുടങ്ങി എല്ലാ ശാസ്ത്ര മേഖലകൾക്കും ദിശാബോധം നൽകാൻ ആവർത്തനപ്പട്ടിക വഹിച്ചിട്ടുള്ള പങ്ക് ചെറുതല്ല. ഭൂമിയിലെ എല്ലാ വസ്തുക്കളുടെയും ഭൗതിക രാസഗുണങ്ങളെക്കുറിച്ചുള്ള പഠനങ്ങളും പ്രവചനങ്ങളും ആവർത്തനപ്പട്ടികയെ ആശ്രയിച്ചിരിക്കുന്നു. എന്നാൽ ആറ്റത്തെ വിഭജിക്കാനാവുമെന്ന് അന്നറിയുമായിരുന്നില്ല. ഇലക്ട്രോൺ, പ്രോട്ടോൺ, ന്യൂട്രോൺ എന്നീ കണങ്ങൾ കണ്ടുപിടിക്കപ്പെട്ടിരുന്നില്ല. അതുകൊണ്ടുതന്നെ അറ്റോമിക ഭാരം മൂലകങ്ങളുടെ സ്വഭാവത്തെ സ്വാധീനിക്കുന്നു എന്നതിനപ്പുറം എന്താണ് ഇതിനു കാരണം എന്ന അടിസ്ഥാന ചോദ്യത്തിന് വ്യക്തമായ ഒരുത്തരവും ഉണ്ടായിരുന്നില്ല. പോസിറ്റീവ് ചാർജ്ജുള്ള അണുകേന്ദ്രത്തിന് ചുറ്റും ഇലക്ട്രോണുകൾ നിരന്തരം ചലിച്ചുകൊണ്ടിരിക്കുന്ന ആറ്റം ഘടന കണ്ടെത്തിയതോടെ മൂലകങ്ങളുടെ സ്വഭാവം സംബന്ധിച്ച ചില സംശയങ്ങൾക്കെങ്കിലും ഉത്തരം കിട്ടാൻ തുടങ്ങി. ആറ്റത്തിലെ ഇലക്ട്രോണുകൾ ചില പ്രത്യേക ഊർജ്ജനിലകളിൽ സ്ഥിതി ചെയ്യുന്നു എന്ന് കണ്ടെത്തുകയുണ്ടായി. ഈ ഇലക്ട്രോൺ വിന്യാസക്രമവും അണുകേന്ദ്രത്തിൽ അടങ്ങിയ പ്രോട്ടോണുകളുടെ എണ്ണവുമാണ് മൂലകങ്ങളുടെ ഭൗതിക സവിശേഷതകളെയും രാസസ്വഭാവത്തേയും നിർണ്ണയിക്കുന്നത് എന്നും മനസ്സിലായി. ഇതിന്റെയെല്ലാം വെളിച്ചത്തിലാണ് മൂലകങ്ങളുടെ ഭൗതിക രാസസ്വഭാവങ്ങൾ നിർണ്ണയിക്കുന്നത് അവയുടെ അറ്റോമിക സംഖ്യ (പ്രോട്ടോണുകളുടെ എണ്ണം) ആണെന്ന പുതിയ ആവർത്തന നിയമം 1913 ൽ ഹെന്റി മോസ്ലി ആവിഷ്കരിക്കുന്നത്. നിലവിലുള്ള ആവർത്തനപ്പട്ടിക പിന്തുടരുന്നത് മോസ്ലിയുടെ ആവർത്തന നിയമമാണ്. എങ്കിലും മൂലകങ്ങളുടെ യുക്തിസഹമായ ഒരു ക്രമീകരണ പദ്ധതി അന്നത്തെ പരിമിതമായ അറിവുകളെ അടിസ്ഥാനമാക്കി രൂപപ്പെടുത്താൻ മെൻഡലീഫിന്

കഴിഞ്ഞിരുന്നു. ഹൈഡ്രജനിൽ നിന്നാണ് ആവർത്തനപ്പട്ടിക ആരംഭിക്കേണ്ടത് എന്നതിനെപ്പറ്റി തനിക്കൊരറിവും ഉണ്ടായിരുന്നില്ല എന്ന് മെന്റലീഫ് തന്നെ ഒരിക്കൽ പറയുന്നുണ്ട്. കാരണം അത്തരമൊരു ആരോഹണക്രമത്തിന്റെ സാധ്യത പോലും അന്ന് വ്യക്തമായിരുന്നില്ല. മാത്രമല്ല ഹൈഡ്രജന്റെ അറ്റോമിക ഭാരം ഒന്നാണെങ്കിൽ ഹീലിയത്തിന്റേത് നാലാണ്. ഇതിനിടക്ക് മറ്റു മൂലകങ്ങൾ ഉണ്ടാകാമോ? അറ്റോമിക ഭാരം അര യൂണിറ്റോ ഒന്നര യൂണിറ്റോ ആയ മൂലകങ്ങൾ സാധ്യമായിക്കൂടെ? തുടങ്ങിയ ചോദ്യങ്ങൾക്കൊന്നും അന്നത്തെ അറിവ് വെച്ച് ഉത്തരങ്ങൾ സാധ്യമായിരുന്നില്ല. ഈ അവസ്ഥയിൽ നിന്നാണ് ശ്രദ്ധാപൂർണ്ണമായ നിരീക്ഷണത്തിലൂടെ മൂലകങ്ങൾക്കിടയിൽ അന്തർലീനമായ ഒരു ക്രമത്തിന്റെ സൗന്ദര്യം മെന്റലീഫ് കണ്ടെടുക്കുന്നത്. രസതന്ത്രത്തിന് മാത്രമല്ല ശാസ്ത്രത്തിന് പൊതുവേ തന്നെ പുതിയ ദിശാബോധം നൽകിയ കണ്ടെത്തലാണിത് എന്നത് കണക്കിലെടുത്താണ് മെന്റലീഫ് ആവർത്തനപ്പട്ടിക പ്രസിദ്ധീകരിച്ചതിന്റെ നൂറ്റമ്പതാം വാർഷികമായ ഈ വർഷം ആവർത്തനപ്പട്ടികയുടെ അന്താരാഷ്ട്ര വർഷമായി ഐക്യരാഷ്ട്രസഭ ആചരിക്കുന്നത്.

മെന്റലീഫിന്റെ ദീർഘവീക്ഷണം

ആയിരത്തി എണ്ണൂറ്റി അറുപതുകളിൽ റഷ്യയിലെ സെന്റ് പീറ്റേഴ്സ്ബർഗിലുള്ള ടെക്നിക്കൽ ഇൻസ്റ്റിറ്റ്യൂട്ടിൽ രസതന്ത്രാധ്യാപകനായിരുന്നു ദിമിത്രി മെന്റലീഫ്. തന്റെ വിദ്യാർഥികൾക്കായി രസതന്ത്ര പാഠപുസ്തകങ്ങൾ എഴുതുമ്പോഴാണ് അദ്ദേഹം ഒരു പ്രതിസന്ധിയിൽ അകപ്പെട്ടത്. അന്ന് അറിവുണ്ടായിരുന്ന അറുപതിലധികം മൂലകങ്ങളെ വർഗ്ഗീകരിക്കാൻ ഫലപ്രദമായ മാർഗ്ഗങ്ങൾ ഇല്ലാത്തതാണ് രസതന്ത്രത്തെ വിദ്യാർഥികൾക്ക് മനസ്സിലാകും വിധം പഠിപ്പിക്കാനും മൂലകങ്ങളേയും സംയുക്തങ്ങളെയും പറ്റി വേണ്ടവിധത്തിൽ പഠിക്കാനും തടസ്സമാകുന്നത് എന്ന് അദ്ദേഹം മനസ്സിലാക്കി. തുടർന്ന് മൂലകങ്ങളെ അവയുടെ രാസഗുണങ്ങളുടെ അടിസ്ഥാനത്തിൽ തരംതിരിക്കാനുള്ള ശ്രമങ്ങളാരംഭിച്ചു. ഇതാണ് പിന്നീട് ആവർത്തന നിയമത്തിലും ആവർത്തനപ്പട്ടികയിലും എത്തിയത്. ആവർത്തനപ്പട്ടിക രൂപപ്പെടുത്താൻ മെന്റലീഫ് ശ്രമിച്ചത് തികച്ചും അനുയോജ്യമായ സമയത്തായിരുന്നു. അന്ന് അറുപത്തിമൂന്ന് മൂലകങ്ങൾ കണ്ടുപിടിക്കപ്പെട്ടിരുന്നു. അറിയാവുന്ന മൂലകങ്ങളുടെ എണ്ണം തീരെക്കുറവോ ഏറെക്കൂടുതലോ ആയിരുന്നെങ്കിൽ അവയുടെ യുക്തിസഹമായ

വർഗ്ഗീകരണം സാധ്യമാകുമായിരുന്നില്ല. എന്നാൽ അദ്ദേഹത്തിന്റെ ദീർഘവീക്ഷണവും നിരീക്ഷണ പാടവവും ഭാവനയും തന്നെയാണ് സമഗ്രമായ ഒരു ക്രമീകരണ വ്യവസ്ഥക്ക് അടിത്തറയിട്ടത്. മൂലകങ്ങളും അവയുടെ സ്വഭാവങ്ങളും എഴുതിയ അറുപത്തിമൂന്ന് ചീട്ടുകൾ ഒരു രാത്രി മുഴുവനുമിരുന്ന് പലതരത്തിൽ ക്രമീകരിച്ചാണ് ആവർത്തനപ്പട്ടികയുടെ ഘടന അദ്ദേഹം രൂപപ്പെടുത്തിയത് എന്നാണ് പ്രചാരത്തിലുള്ള ഒരു കഥ. അതിനൊക്കെ അപ്പുറമായിരുന്നിരിക്കണം ലഭ്യമായ അറിവുകളെ നിർധാരണം ചെയ്ത് ഒരു പരിഹാരത്തിൽ എത്തിപ്പെടാനുള്ള അദ്ദേഹത്തിന്റെ കഴിവ്. ഇതാവട്ടെ ശാസ്ത്രാന്വേഷണത്തെ സംബന്ധിച്ച് ഏറെ പ്രധാനവുമാണ്.

റഷ്യയിലെ സൈബീരിയയിലെ ടോബോൾസ്കിലുള്ള ഒരു ഗ്രാമത്തിലാണ് 1834 ൽ ദിമിത്രി മെന്റലീഫ് ജനിച്ചത്. അച്ഛനായ ഇവാൻ പാവ്ലോവിച് മെന്റലീഫ് അധ്യാപകനും അമ്മയായ മരിയ ദിമിത്രിയേവ്ന വീട്ടമ്മയുമായിരുന്നു. ഒരു ഓർത്തഡോക്സ് ക്രിസ്ത്യൻ കുടുംബത്തിൽ ജനിച്ച മെന്റലീഫ് പിൽക്കാലത്ത് മത വിശ്വാസം ഉപേക്ഷിച്ചു. ആ കുടുംബത്തിലെ പതിനേഴ് മക്കളിൽ ഏറ്റവും ഇളയയാളായിരുന്നു അദ്ദേഹം. മെന്റലീഫിന്റെ ചെറിയ പ്രായത്തിൽ തന്നെ പിതാവിന് കാഴ്ചയും അതിനെത്തുടർന്ന് ജോലിയും നഷ്ടപ്പെട്ടുകയും അമ്മക്ക് അവരുടെ കുടുംബത്തിന്റെ പൂട്ടിയിട്ട ഗ്ലാസ് ഫാക്ടറി ഏറ്റെടുത്ത് നടത്തേണ്ടി വരികയും ചെയ്തു. ഗ്ലാസ് ഫാക്ടറിയും കത്തിനശിച്ചതോടെ കുടുംബം ദാരിദ്ര്യത്തിലേക്ക് വീണു. മകന്റെ വിദ്യാഭ്യാസത്തിന്റെ പ്രാധാന്യം തിരിച്ചറിഞ്ഞ അമ്മ അവനെക്കൂട്ടി മോസ്കോയിൽ എത്തിയെങ്കിലും മോസ്കോ സർവ്വകലാശാലയിൽ പ്രവേശനം ലഭിച്ചില്ല. ദാരിദ്ര്യം കാർന്നുതിന്നുമ്പോൾ സൈബീരിയയിൽ നിന്ന് ഏറെ അകലെ മോസ്കോയിലെക്കുള്ള അവരുടെ യാത്ര വലിയ സാഹസം തന്നെയായിരുന്നു. പിന്നീട് കുടുംബം സെന്റ്പീറ്റേഴ്സ്ബർഗിലേക്ക് മാറുകയും അവിടത്തെ മെയിൻ പെഡഗോജിക്കൽ ഇൻസ്റ്റിറ്റ്യൂട്ടിൽ മെന്റലീഫിന് പ്രവേശനം ലഭിക്കുകയും ചെയ്തു. ബിരുദം കഴിഞ്ഞയുടനെ ക്ഷയരോഗം ബാധിച്ചതിനാൽ ക്രിമിയയിലേക്ക് താമസം മാറുകയും അവിടെ വെച്ച് ബിരുദാനന്തര ബിരുദം നേടുകയും ചെയ്തു. കേശികത്വവും സ്പെക്ട്രോസ്കോപ്പിയുമൊക്കെയായിരുന്നു അദ്ദേഹത്തിന്റെ ആദ്യത്തെ ഗവേഷണ മേഖല. സെന്റ്പീറ്റേഴ്സ് ബർഗ് ടെക്നോളജിക്കൽ ഇൻസ്റ്റിറ്റ്യൂട്ടിലും അവിടത്തെ തന്നെ സ്റ്റേറ്റ് യൂണിവേഴ്സിറ്റിയിലുമായിരുന്നു ആദ്യകാലത്ത് ജോലി

ചെയ്തത്. 1867 സെന്റ്പീറ്റേഴ്സ് ബർഗ് യൂണിവേഴ്സിറ്റിയിൽ സ്ഥിരം അധ്യാപകനായി ചേരുകയും രസതന്ത്രഗവേഷണത്തിലെ മുൻനിര സ്ഥാപനമായി അതിനെ മാറ്റുകയും ചെയ്തു. ഇക്കാലത്താണ് രസതന്ത്ര പാഠപുസ്തകങ്ങൾ എഴുതുന്നതും അങ്ങനെ ആവർത്തനപ്പട്ടികയുടെ കണ്ടെത്തലിലേക്ക് എത്തുന്നതും. പെട്രോളിയം ഉൾപ്പടെ വിവിധ മേഖലകളിൽ അദ്ദേഹം ഗവേഷണം നടത്തിയിരുന്നു. റഷ്യയിലെ ആദ്യ പെട്രോളിയം റിഫൈനറി സ്ഥാപിക്കാൻ നേതൃത്വം നല്കിയതും അദ്ദേഹമാണ്. ഇന്ധനം എന്നതിനപ്പുറം പലതരം രാസവസ്തുക്കളുടെ ഉറവിടമാണ് പെട്രോളിയം എന്ന് മെന്റലീഫ് മനസ്സിലാക്കിയിരുന്നു. അതുകൊണ്ടാണ് ഇന്ധനമായി പെട്രോളിയം ഉപയോഗിക്കുന്നത് ബാങ്ക് നോട്ടുകൾ കൊണ്ട് അടുപ്പിൽ തീയെരിക്കുന്ന പോലെയാണെന്ന് അദ്ദേഹം പറഞ്ഞത്. 1893 ൽ അളവുതൂക്ക ബ്യൂറോയുടെ ഡയരക്ടറായി സ്ഥാനമേറ്റ അദ്ദേഹം മരണം വരെ ആ സ്ഥാനത്ത് തുടർന്നു. നോബൽ സമ്മാനത്തിനായി നിർദ്ദേശിക്കപ്പെട്ടെങ്കിലും മറ്റൊരു പ്രമുഖ ശാസ്ത്രജ്ഞനായ അറീനിയസിന്റെ ഇടപെടൽ മൂലമാണ് നോബൽ ലഭിക്കാതെ പോയതെന്ന് കരുതപ്പെടുന്നു. രസതന്ത്രം, ഭൗതികശാസ്ത്രം, കെമിക്കൽ ടെക്നോളജി, ജിയോളജി തുടങ്ങി വിവിധ മേഖലകളിൽ മെന്റലീഫ് തന്റേതായ സംഭാവനകൾ നൽകി. അദ്ദേഹത്തിന്റെ ബഹുമാനാർഥം 101 അറ്റോമിക സംഖ്യയുള്ള മൂലകത്തിന് മെന്റലീവിയം എന്ന് പേരുനൽകി. റോയൽ സൊസൈറ്റിയുടെ ഡേവി മെഡൽ, കൊപ്ലെ മെഡൽ, വിവിധ അക്കാദമി അംഗത്വങ്ങൾ തുടങ്ങി നിരവധി ബഹുമതികൾ നേടി.

ആവർത്തനപ്പട്ടികയും ചില സങ്കീർണ്ണതകളും

വിലങ്ങനെയുള്ള ഏഴ് നിരകളും കുത്തനെയുള്ള പതിനെട്ട് വരികളുമായാണ് പുതിയ ആവർത്തനപ്പട്ടികയിൽ മൂലകങ്ങൾ ക്രമീകരിക്കപ്പെട്ടിട്ടുള്ളത്. ഇലക്ട്രോൺ സ്ഥിതിചെയ്യുന്ന ഏറ്റവുമുയർന്ന ഊർജ്ജനിലയുടെ അടിസ്ഥാനത്തിലാണ് ഏഴ് പിരീഡുകൾ നിർണ്ണയിക്കപ്പെട്ടിരിക്കുന്നത്. അതായത് ഒന്നാം പിരീഡിലെ മൂലകങ്ങളിലെ ഇലക്ട്രോണുകൾ ആദ്യ ഊർജ്ജനിലയായ K-ഷെല്ലിൽ സ്ഥിതിചെയ്യുന്നു. K-ഷെല്ലിൽ രണ്ട് ഇലക്ട്രോണുകളെ മാത്രമേ ഉൾക്കൊള്ളാനാവൂ. അത് കൊണ്ട് തന്നെ ഈ പിരീഡിൽ രണ്ട് മൂലകങ്ങൾ മാത്രമാണ് ഉള്ളത്, ഹൈഡ്രജനും ഹീലിയവും. തുടർന്ന് ഇലക്ട്രോണുകളുടെ എണ്ണം കൂടും തോറും അവ ഉയർന്ന ഊർജ്ജനിലകളിൽ നിറയ്ക്കപ്പെടുന്നു. ഓരോ ഊർജ്ജനിലയിലും

ഉൾക്കൊള്ളാവുന്ന ഇലക്ട്രോണുകളുടെ എണ്ണം ക്രമാനുഗതമായി വർദ്ധിക്കുന്നു. അതിനനുസരിച്ച് പിരീഡുകളിലെ മൂലകങ്ങളുടെ എണ്ണവും കൂടുന്നു. ആവർത്തനപ്പട്ടികയുടെ ആദ്യത്തെ ഗ്രൂപ്പിൽ രാസ പ്രവർത്തനശേഷി കൂടിയ ലോഹങ്ങളും ഏറ്റവും അവസാനത്തെ ഗ്രൂപ്പിൽ രാസപ്രവർത്തന ശേഷി കുറഞ്ഞ അലസവാതകങ്ങളുമാണ് ഉള്ളത്. ആവർത്തനപ്പട്ടികയുടെ ഇടത്തേയറ്റത്ത് ലോഹങ്ങളും വലത്തേയറ്റത്ത് അലോഹങ്ങളും സ്ഥിതി ചെയ്യുന്നു. ഏതൊക്കെ മൂലകങ്ങൾ തമ്മിൽ രാസപ്രവർത്തനത്തിൽ ഏർപ്പെടുമെന്നും അങ്ങ നെയുണ്ടാകുന്ന സംയുക്തങ്ങളുടെ സ്വഭാവം എന്തായിരിക്കുമെന്നും ഒറ്റനോട്ടത്തിൽ തന്നെ പ്രവചിക്കാനാവും. ആവർത്തനപ്പട്ടികയിലെ ഹൈഡ്രജന്റെ സ്ഥാനം സംബന്ധിച്ചായിരുന്നു ഒരു സംശയം. ഒരേ സമയം ലോഹ അലോഹ സ്വഭാവങ്ങൾ കാണിക്കുന്നതിനാൽ ഒരു ഗ്രൂപ്പിലും ഹൈഡ്രജനെ ഉൾപ്പെടുത്താനാവില്ല. ഒന്നാം ഗ്രൂപ്പിന് മുകളിലായി എന്നാൽ അവയിൽ നിന്ന് അൽപ്പം വേറിട്ടാണ് നിലവിൽ ഹൈഡ്രജന്റെ സ്ഥാനം. അന്തഃസംക്രമണ മൂലകങ്ങളുടെ സ്ഥാനം സംബന്ധിച്ചും അഭിപ്രായ വ്യത്യാസങ്ങൾ നിലനിൽക്കുന്നു. നിലവിൽ 118 മൂലകങ്ങളാണ് കണ്ടെത്തപ്പെട്ടിട്ടുള്ളത്. തൊണ്ണൂറ്റി രണ്ട് അറ്റോമിക സംഖ്യയുള്ള യുറേനിയത്തിനു ശേഷമുള്ള മൂലക ങ്ങളെല്ലാം മനുഷ്യ നിർമ്മിതമോ കുറഞ്ഞ അളവിൽ മാത്രം പ്രകൃ തിയിൽ കാണപ്പെടുന്നതതോ ആണ്. 118 അറ്റോമിക സംഖ്യയുള്ള ഒഗനസോൺ കണ്ടെത്തിയതോടെ ആവർത്തനപ്പട്ടികയുടെ എഴാം പിരീഡും പൂർണ്ണമായും നിറഞ്ഞു കഴിഞ്ഞു. കൂടുതൽ മൂലകങ്ങൾ സാധ്യമാണോ? ആണെങ്കിൽ അവയുടെ സ്ഥിരതയും ഭൗതിക-രാസ സ്വഭാവങ്ങളും എങ്ങനെയായിരിക്കും എന്നെല്ലാമുള്ള സംവാദങ്ങൾ ശാസ്ത്രലോകത്ത് ഇപ്പോഴും തുടരുന്നുണ്ട്. സ്ഥായിയായ ഉത്തരങ്ങൾ ഇല്ലാതിരിക്കുകയും പുതിയ പുതിയ ചോദ്യങ്ങളിലൂടെ പ്രപഞ്ചത്തെപ്പ റ്റി മനസ്സിലാക്കാൻ ശ്രമിക്കുകയും തന്നെയാണ് ശാസ്ത്രത്തിന്റെ രീതി. ശാസ്ത്രാന്വേഷണത്തിന്റെ വഴിയിലെ ഒരു പ്രധാന നാഴികക്കല്ലായ ആവർത്തനപ്പട്ടികയുടെ കഥയും വിഭിന്നമല്ല.

ജീവന്റെ രഹസ്യപ്പൂട്ട് മനുഷ്യൻ തുറക്കുമോ

ജീവന്റെ രഹസ്യങ്ങളെ സൂക്ഷിച്ചുവെച്ചിരിക്കുന്ന മാന്ത്രികച്ചെപ്പാണ് ഡീ ഓക്സിറൈബോ ന്യൂക്ലിക് ആസിഡ് അഥവാ ഡി എൻ എ എന്ന ജൈവതന്മാത്ര. ഒരു ജീവിയുടെ ശാരീരികസവിശേഷതകളേയും സ്വഭാവത്തെയുമെല്ലാം നിർണ്ണയിക്കുന്നത് ഡി എൻ എ യിൽ രേഖപ്പെടുത്തപ്പെട്ടിട്ടുള്ള ജനിതക രഹസ്യങ്ങളാണ്. അതായത് തൊലിയുടെ നിറം മുതൽ സാഹിത്യാഭിരുചി വരെ എല്ലാം തീരുമാനിക്കുന്നത് ഡി എൻ എ ആണെന്നർത്ഥം. ഒരു തലമുറയിൽ നിന്ന് അടുത്ത തലമുറയിലേക്ക് ജനിതക രഹസ്യങ്ങളെ കൈമാറുന്നതും ഈ അത്ഭുത തന്മാത്ര തന്നെയാണ്. പിരിയൻ കോവണി പോലുള്ള ഡി എൻ എ യിലെ നൈട്രജൻ ബേസുകളുടെ ക്രമമാണ് വിവിധ പ്രോട്ടീനുകളുടെ ഉത്പാദനം അടക്കമുള്ള ശാരീരിക പ്രവർത്തനങ്ങളെയെല്ലാം നിയന്ത്രിക്കുന്നത്. ഡി എൻ എയുടെ ഘടന കണ്ടെത്തിയത് ശാസ്ത്രത്തെ മുന്നോട്ട് നയിച്ച പ്രധാനപ്പെട്ട കണ്ടെത്തലുകളിൽ ഒന്നായി കണക്കാക്കപ്പെടുന്നു. എന്നാൽ ഡി എൻ എ യിൽ നിലവിലുള്ള നാല് ബേസുകൾക്ക് പുറമേ പുതിയതായി നാലെണ്ണം കൂടി ഉൾപ്പെടുത്തിയിരിക്കുകയാണ് ഒരു കൂട്ടം ഗവേഷകർ. ഹാച്ചിമോജി ഡി എൻ എ എന്ന് പേരിട്ട പുതിയ തന്മാത്രയുടെ സംശ്ലേഷണം ഇതുവരെയില്ലാത്ത പ്രോട്ടീനുകളും എൻസൈമുകളും കൃത്രിമമായി നിർമ്മിക്കാൻ മാത്രമല്ല അന്യഗ്രഹജീവന്റെ ഘടന അടക്കമുള്ള രഹസ്യങ്ങളിലേക്കു കൂടി വഴിതുറക്കുമെന്ന് ശാസ്ത്രജ്ഞർ പ്രതീക്ഷിക്കുന്നു.

അഡിനിൻ, ഗ്വാനിൻ, തൈമിൻ, സൈറ്റൊസിൻ എന്നിങ്ങനെ നാല് നൈട്രജൻ ബേസുകളാണ് ഡി എൻ എയിലുള്ളത്. ഇവയിൽ അഡിനിൻ തൈമിനുമായും ഗ്വാനിൻ സൈറ്റോസിനുമായാണ് കൂടിച്ചേരുക. ഇവയും ഡീഓക്സിറൈബോസ് എന്ന പഞ്ചസാര യും ഫോസ്ഫേറ്റും കൂടിച്ചേർന്നാണ് ഡി എൻ എ യുടെ പിരിയൻ ഗോവണി രൂപപ്പെട്ടിരിക്കുന്നത്. അഡിനിൻ, ഗ്വാനിൻ, തൈമിൻ, സൈറ്റൊസിൻ എന്നീ നാലെണ്ണത്തിന് പുറമേ കൃത്രിമമായി നാല് ബേസുകളെക്കൂടി കൂട്ടിച്ചേർക്കുകയാണ് ശാസ്ത്രജ്ഞർ ചെയ്തത്. അതായത് ജീനുകളിലെ ബേസ് വിന്യാസ ക്രമത്തിന്റെ സാധ്യത കൾ വർദ്ധിക്കുകയും അങ്ങനെ കൂടുതൽ ജീവരഹസ്യങ്ങളെ സൂക്ഷിച്ചു വെക്കാൻ പുതിയതായി നിർമ്മിച്ച ഡി എൻ എക്ക് സാധിക്കുകയും ചെയ്യുമെന്നർത്ഥം. എട്ടക്ഷരമുള്ളത് എന്നാണ് ഹാച്ചിമോജി എന്ന ജാപ്പനീസ് പദത്തിന് അർത്ഥം. ഡി എൻ എ തന്മാത്രയിലെ നൈട്രജൻ ബേസുകളോട് പുതിയവ കൂട്ടിച്ചേർത്ത് ഡി എൻ എയോട് സമാനമായ തന്മാത്രകൾ നിർമ്മിക്കാനുള്ള ശ്രമം നടക്കു ന്നത് ആദ്യമല്ല. രണ്ട് പുതിയ ബേസുകളെ ഫ്ലോറിഡയിലെ സ്ക്രിപ്പ്സ് ഇൻസ്റ്റിറ്റ്യൂട്ടിലെ ശാസ്ത്രജ്ഞർ 2014 ൽ തന്നെ കൂട്ടിച്ചേർത്തിട്ടുണ്ട്. അങ്ങനെ നിർമ്മിച്ചെടുത്ത ഡി എൻ എ, ഇ. കോളി ബാക്ടീരിയയിൽ സന്നിവേശിപ്പിച്ച് ആദ്യത്തെ അർദ്ധകൃത്രിമ ജീവിയെ ഉണ്ടാക്കാനും ഇവർക്കായി. ക്രിസ്പർ സാങ്കേതിക വിദ്യ ഉപയോഗിച്ച് ഇതിന്റെ സ്ഥിരത ഉറപ്പുവരുത്തുകയും ചെയ്തിരുന്നു. ഈ ബാക്ടീരിയയെ ഉപയോഗപ്പെടുത്തി ആദ്യത്തെ അർദ്ധകൃത്രിമ പ്രോട്ടീനും ഇവർ നിർമ്മിച്ചെടുത്തു.

P,B,S,Z എന്നീ നാല് പുതിയ ബേസുകളാണ് പുതിയതായി ഉൾപ്പെടുത്തിയത്. ഇവയുടെ വിവിധ മിശ്രണങ്ങൾ പരീക്ഷിക്കുക യും ഇങ്ങനെ രൂപപ്പെടുത്തിയ തന്മാത്രക്ക് ജനിതക തന്മാത്രയായി നിലനിൽക്കാനാവശ്യമായ ഗുണങ്ങളുണ്ടോ എന്ന് പരിശോധിക്കു കയും ചെയ്തു. ഒരു പുതിയ ജൈവതന്മാത്ര നിർമ്മിച്ചെടുക്കുമ്പോൾ ആദ്യമായി പരിഗണിക്കേണ്ടത് അതിന്റെ സ്ഥിരതയാണ്. ജനിതക ഘടനയിലെ മാറ്റങ്ങൾ ജീവിയുടെ ജീവിതകാലം മുഴുവനും സ്ഥിരമായി നിലനിൽക്കേണ്ടതാണ്. മാത്രമല്ല ഊഷ്മാവ്, അമ്ലത്വം എന്നിവക്കെല്ലാമനുസരിച്ച് ഈ തന്മാത്രയിലുണ്ടാകുന്ന മാറ്റങ്ങൾ മുൻകൂട്ടി തിരിച്ചറിയാനും സാധിക്കേണ്ടതുണ്ട്. പുതിയ തന്മാത്ര ക്ക് സ്ഥിരത നിലനിർത്താൻ കഴിയുമെന്ന് മാത്രമല്ല ഇതിന്റെ

സ്വഭാവങ്ങൾ പ്രവചനസാധ്യവുമാണെന്ന് ശാസ്ത്രജ്ഞർ പറയുന്നു. ഡി എൻ എ യിൽ നിന്ന് ആർ എൻ എ യിലേക്കുള്ള വിവരക്കൈമാറ്റം (Transcription and translation) നടക്കുന്നുവെങ്കിൽ മാത്രമേ അതിന് പ്രോട്ടീൻ സംശ്ലേഷണം അടക്കമുള്ള ശാരീരിക പ്രവർത്തനങ്ങളിൽ ഇടപെടാനാവൂ. പുതിയ തന്മാത്രക്ക് ഇതിന് കഴിയുന്നുണ്ടെന്നു പരീക്ഷണങ്ങൾ വഴി തെളിയിച്ചു. മാത്രമല്ല, പുതിയ ബേസുകളുടെ സാന്നിധ്യം പിരിയൻ കോവണി രൂപം സ്വീകരിക്കുന്നതിനെ തടയുന്നില്ല എന്നും കണ്ടെത്തി. ഡി എൻ എ ക്ക് കോശത്തിൽ നിന്നകന്ന് പോലും സ്വതന്ത്രമായ നിലനിൽപ്പുണ്ട്. പുതിയ ഡി എൻ എ ക്ക് അതിന് കഴിയുമോ എന്ന് പരിശോധിച്ചിട്ടില്ല. മറ്റ് ജീവികളിൽ ഇത് കടന്നുകൂടി സൃഷ്ടിച്ചേക്കാവുന്ന ജനിതകവ്യതിയാനങ്ങൾ ഭയന്നാണ് അത്. ഭൂമിക്ക് പുറത്ത് ജീവൻ നിലനിൽക്കുന്നുണ്ടെങ്കിൽ ഒരുപക്ഷേ അതിന് ഭൂമിയിലെ ജീവന്റെ അതേ രാസഘടനയാവാനിടയില്ല. ജനിതക ഘടനയിൽ പുതിയ അക്ഷരങ്ങൾ ഉൾപ്പെടുത്തിക്കൊണ്ടുള്ള പരീക്ഷണം മറ്റു ഘടനയുള്ള ജീവനുകളെക്കുറിച്ച് കൂടുതൽ അറിയാൻ സഹായിക്കും. മാത്രമല്ല ഡി എൻ എ ഉപയോഗിച്ചുള്ള വിവരസംഭരണത്തിലും കാൻസർ ചികിത്സയിലുമെല്ലാം മാറ്റങ്ങൾക്കുള്ള സാധ്യത ഈ കണ്ടെത്തൽ മുന്നോട്ട് വെക്കുന്നു. ഒരുപക്ഷേ കൃത്രിമമായ ഒരു ജീവകോശത്തെ നിർമ്മിച്ചെടുക്കാൻ ഭാവിയിൽ മനുഷ്യന് സാധിക്കില്ലെന്ന് ആരു കണ്ടു?

മീഥേൻ ഹൈഡ്രേറ്റ് ഭാവിയുടെ ഇന്ധനമോ?

ഭൂമിയിലെ എല്ലാ ചലനങ്ങളേയും നിയന്ത്രിക്കുന്ന അടിസ്ഥാന ശക്തിയാണ് ഊർജ്ജം. നമുക്ക് നടക്കാനും, വിളക്കുകൾ കത്തിക്കാനും, ഭക്ഷണം പാകം ചെയ്യാനും, ഏത് ഉപകരണവും പ്രവർത്തിക്കാനും ഊർജ്ജം കൂടിയേ തീരൂ. ഊർജ്ജപ്രതിസന്ധിയിലേക്ക് ആദ്യത്തെ കാലൂന്നിക്കഴിഞ്ഞ ലോകം ഇന്ന് പുതിയ ഊർജ്ജസ്രോതസ്സുകൾക്കായുള്ള ഊർജ്ജിതമായ അന്വേഷണങ്ങളിലാണ്. ഫോസിൽ ഇന്ധനങ്ങളായ കൽക്കരിയും പെട്രോളിയവും ഇനി ഏറെനാളേക്കുണ്ടാവില്ലെന്നുറപ്പായിക്കഴിഞ്ഞു. വികസിച്ചുകൊണ്ടിരിക്കുന്ന സമൂഹത്തിന്റെ വളർന്നുകൊണ്ടിരിക്കുന്ന ഊർജ്ജാവശ്യങ്ങളെ തൃപ്തിപ്പെടുത്താൻ പുതിയ ഊർജ്ജസ്രോതസ്സുകൾ കണ്ടെത്താതെ തരമില്ല. ഈ സാഹചര്യത്തിൽ, ഇന്ത്യൻ മഹാസമുദ്രത്തിൽ കടലിന്റെ അടിത്തട്ടിൽ പ്രകൃതിവാതക ഹൈഡ്രേറ്റിന്റെ നിക്ഷേപം കണ്ടെത്തിയ വാർത്തക്ക് വൻപ്രാധാന്യം ലഭിച്ചിരുന്നു. ഇന്ധനകാര്യത്തിൽ ഇന്ത്യ സ്വയംപര്യാപ്തമാകുമെന്നും, വൻസാമ്പത്തിക ശക്തിയായി മാറുമെന്നുമെല്ലാം ഇതിന് അനുബന്ധമായി പ്രവചിക്കപ്പെടുന്നു. എന്നാൽ പ്രതീക്ഷിക്കപ്പെടുന്ന അത്ര ലളിതമല്ല ഇതിന്റെ ഖനനവും അത് കൊണ്ടുണ്ടാവുന്ന അനുബന്ധ പാരിസ്ഥിതിക പ്രശ്നങ്ങളും. ഇന്ധനം എന്ന നിലയിൽ മീഥേൻ ഹൈഡ്രേറ്റ് മുന്നോട്ടുവെക്കുന്ന സാധ്യതകളോടൊപ്പം അതുണ്ടാക്കാവുന്ന പാരിസ്ഥിതിക പ്രത്യാഘാതങ്ങളും ഗൗരവമായിത്തന്നെ പരിഗണിക്കപ്പെടേണ്ടതുണ്ട്.

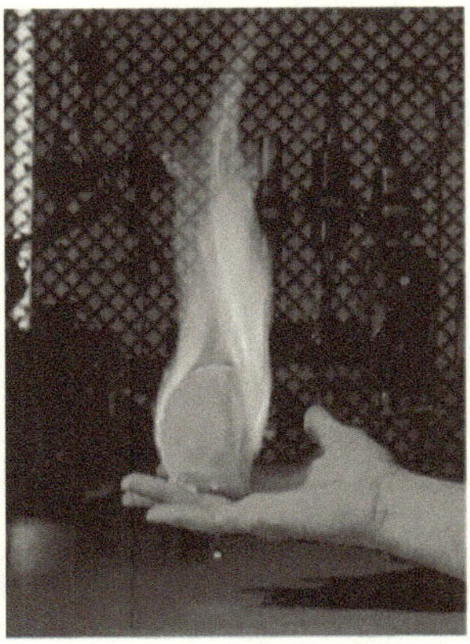

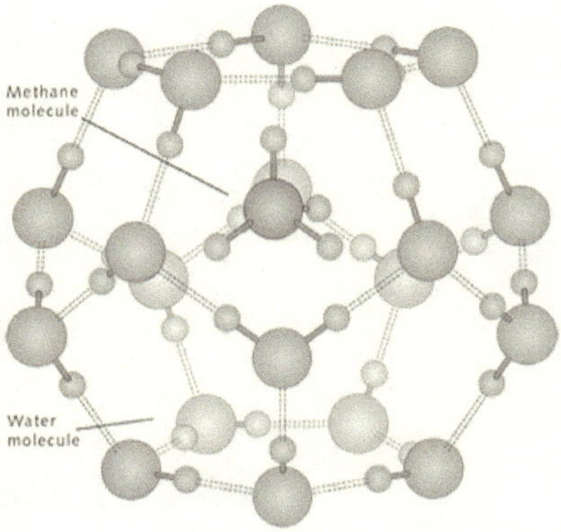

എന്താണ് മീഥേൻ ഹൈഡ്രേറ്റ്

ഐസിനുള്ളിൽ അടക്കം ചെയ്യപ്പെട്ട പ്രകൃതിവാതകം അഥവാ മീഥേൻ ആണ് പ്രകൃതിവാതക ഹൈഡ്രേറ്റ്, മീഥേൻ ഹൈഡ്രേറ്റ് എന്നെല്ലാം അറിയപ്പെടുന്നത്. ഐസ് രൂപത്തിലുള്ള, കത്തുന്ന വെളുത്ത ഖരപദാർത്ഥമായതുകൊണ്ട് ഫയർ ഐസ് എന്നും വിളിക്കാറുണ്ട്. താഴ്ന്നതാപനിലയിലും ഉയർന്ന മർദ്ദത്തിലും ഐസിന്റെ പരൽഘടനകളുള്ളിൽ കുടുങ്ങിപ്പോയ മീഥേൻ വാതകമാണിത്. കാനഡ, റഷ്യ എന്നീ രാജ്യങ്ങളിലെ മഞ്ഞുറഞ്ഞ ചില പ്രദേശങ്ങളിലും, കടലിനടിയിലും മീഥേൻ ഹൈഡ്രേറ്റ് നിക്ഷേപം കാണപ്പെടുന്നു. വൻകരത്തട്ടുകളുടെ വക്കുകളിലാണ് കടലിനടിയിൽ മീഥേൻ ഹൈഡ്രേറ്റ് നിക്ഷേപങ്ങൾ കാണപ്പെടുന്നത്. ഈ മേഖലയിൽ ജലത്തിന്റെ താപനില രണ്ട് ഡിഗ്രിയോ അതിൽ കുറവോ ആയിരിക്കും. പല രൂപത്തിലായി ഭൂമിയിലുള്ള അത്രയും തന്നെ കാർബൺ, മീഥേൻ ഹൈഡ്രേറ്റ് നിക്ഷേപങ്ങളിൽ അടങ്ങിയിട്ടുണ്ടെന്ന് കരുതപ്പെടുന്നു. കൽക്കരിയും, പെട്രോളിയവും, പ്രകൃതിവാതകവും ചേർന്നാൽ ഉള്ളതിനേക്കാൾ പല മടങ്ങ് ഊർജ്ജമാണ് മീഥേൻ ഹൈഡ്രേറ്റായി സൂക്ഷിക്കപ്പെട്ടിരിക്കുന്നത്. മർദ്ദം കുറച്ചോ താപനില കൂട്ടിയോ ഇതിനെ വിഘടിപ്പിച്ച് ജലവും മീഥേൻ വാതകവുമാക്കി മാറ്റാം. ഇങ്ങനെ വേർതിരിച്ചെടുത്ത മീഥേൻ വാതകമാണ് ഇന്ധനമായി ഉപയോഗിക്കുന്നത്. സാധാരണ പ്രകൃതിവാതക നിക്ഷേപങ്ങളിലെയും,ബയോഗ്യാസിലേയും മുഖ്യഘടകം മീഥേൻ തന്നെയാണ്. ഒരു ലിറ്റർ മീഥേൻ ഹൈഡ്രേറ്റിൽ നിന്ന് 160 ലിറ്റർ മീഥേൻ വാതകം ലഭിക്കുമെന്നാണ് കണക്ക്.

വൻ നിക്ഷേപങ്ങളുടെ സാന്നിധ്യവും ഇന്ധനമാക്കി മാറ്റാനുള്ള എളുപ്പവും മീഥേൻ ഹൈഡ്രേറ്റിനു മേലുള്ള പ്രതീക്ഷകൾക്ക് ആക്കം കൂട്ടുന്നുണ്ട്. മീഥേൻ വാതകത്തിന്റെ ജ്വലനം കൽക്കരി, പെട്രോളിയം ഇന്ധനങ്ങൾ എന്നിവയെ അപേക്ഷിച്ച് കുറഞ്ഞ മലിനീകരണമേ ഉണ്ടാക്കുന്നുള്ളൂ. മാത്രമല്ല പെട്രോളിയം ഇന്ധനങ്ങളെക്കാൾ മുപ്പത് ശതമാനത്തോളം കുറവാണ് ജ്വലനത്തിലൂടെ പുറത്തുവിടുന്ന ഹരിത ഗൃഹവാതകങ്ങളുടെ അളവ്. നിലവിൽ ഇന്ത്യയിൽ ആകെ ഇന്ധന ഉപഭോഗത്തിന്റെ ആറു ശതമാനം മാത്രമാണ് വാതക ഇന്ധനങ്ങളുടെ പങ്ക്. മീഥേൻ ഹൈഡ്രേറ്റ് നിക്ഷേപങ്ങളെ ഇന്ധനമാക്കി മാറ്റാൻ കഴിഞ്ഞാൽ രണ്ടോ മൂന്നോ നൂറ്റാണ്ടുകൾ നമ്മുടെ ഊർജ്ജ ആവശ്യങ്ങളെല്ലാം നിറവേറ്റാൻ അത് മതിയാകും എന്നാണ് പ്രതീക്ഷ. അമേരിക്ക, ജപ്പാൻ, ചൈന തുടങ്ങിയ രാജ്യങ്ങളെല്ലാം ഈ രംഗത്ത് ഗവേഷണങ്ങൾ നടത്തുന്നുണ്ട്. അമേരിക്കൻ ജിയോളജിക്കൽ സർവ്വേയുമായി ചേർന്ന് ജപ്പാന്റെ സാങ്കേതിക സഹകരണത്തോടെയാണ് ഇന്ത്യയിൽ പര്യവേഷണം നടന്നതും.

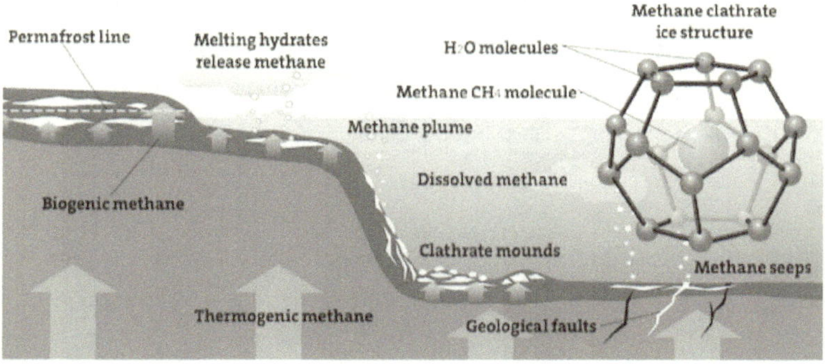

സാങ്കേതിക, പാരിസ്ഥിതിക പ്രശ്നങ്ങൾ

കടലിനടിയിൽ തണുപ്പിൽ ഉറഞ്ഞുകിടക്കുന്ന മണ്ണടങ്ങിയ പെർമാഫ്രോസ്റ്റ് എന്ന പാളിക്കും താഴെയാണ് മീഥേൻ ഹൈഡ്രേറ്റ് നിക്ഷേപം കാണപ്പെടുന്നത്. സമതുലനാവസ്ഥയിൽ ഉള്ള ചെറിയ ഒരു മാറ്റം പോലും വാതകരൂപത്തിൽ മീഥേൻ സ്വതന്ത്രമാകാൻ കാരണമാവും. അത് കൊണ്ട് തന്നെ മീഥേൻ ഹൈഡ്രേറ്റ് കുഴിച്ചെടുക്കാനുള്ള സാങ്കേതിക വിദ്യ പ്രത്യേകമായി വികസിപ്പിക്കേണ്ടതുണ്ട്. നിലവിൽ ലോകത്ത് ഒരു രാജ്യത്തും മീഥേൻ ഹൈഡ്രേറ്റ് കുഴിച്ചെടുക്കുന്നില്ല, ഇതിനാവശ്യമായ സാങ്കേതികവിദ്യ പരീക്ഷണാടിസ്ഥാനത്തിൽ അല്ലാതെ വികസിപ്പിച്ചെടുത്തിട്ടുമില്ല. അതിനേക്കാൾ

ഏറെയാണ് മീഥേൻ ഹൈഡ്രേറ്റ് ഖനനം ഉണ്ടാക്കാൻ സാധ്യതയുള്ള പാരിസ്ഥിതിക ആഘാതങ്ങളെക്കുറിച്ചുള്ള ആശങ്കകൾ. മീഥേൻ ഹൈഡ്രേറ്റ് കത്തുമ്പോൾ കാർബൺ ഡയോക്സൈഡ് ആയിമാറും. ഇത് മറ്റ് ഫോസിൽ ഇന്ധനങ്ങളെപ്പോലെ ആഗോളതാപനത്തിന് ഇടയാക്കും. ഖനനം ചെയ്തെടുക്കുന്നതിനെക്കാൾ പ്രയാസമാണ് മീഥേൻ ഹൈഡ്രേറ്റിൽ നിന്ന് മീഥേൻ വാതകം സ്വതന്ത്രമാവാതെ സ്ഥിരത നിലനിർത്തുന്നത്. ചെറിയ താപ, മർദ്ദ വ്യതിയാനം പോലും മീഥേൻ സ്വതന്ത്രമാകാൻ കാരണമാകും. ഖനനത്തിനിടെ ഇത് സംഭവിക്കാനുള്ള സാധ്യത ഏറെയാണ്. വാതകരൂപത്തിലായതിനാൽ ഇത്തരം ചോർച്ചകൾ തടയുക എളുപ്പമല്ല. കാർബൺ ഡയോക്സൈഡിനേക്കാൾ മുപ്പത് മടങ്ങോളം ആഗോളതാപനശേഷിയുള്ള വാതകമാണ് മീഥേൻ. ഇത് ഗുരുതരമായ കാലാവസ്ഥാമാറ്റങ്ങൾക്ക് കാരണമാകാം. കടലിന്റെ അടിത്തട്ടിലെ, വൻകരത്തട്ടുകൾക്കിടയിലെ ഖനനം, മണ്ണിടിച്ചിലിനും ഭൂകമ്പങ്ങൾക്ക് വരെയും കാരണമാകാനുള്ള സാധ്യതയുമുണ്ട്. കടലിലെ പരിസ്ഥിതിയുടേയും ജൈവവ്യവസ്ഥയുടേയും നാശത്തിന് വഴിവെക്കുമെന്ന ആശങ്കയുമുണ്ട്.

ഏറെ പ്രതീക്ഷകൾ മീഥേൻ ഹൈഡ്രേറ്റിനെപ്പറ്റി മുന്നോട്ട് വെക്കപ്പെടുന്നുണ്ടെങ്കിലും സമീപ ഭാവിയിൽ അവ യാഥാർത്ഥ്യമാകാൻ സാധ്യത കുറവാണെന്നു വേണം കരുതാൻ.

മൂലകങ്ങളുടെ രാജാവ്

ആവർത്തനപ്പട്ടികയിലെ നൂറ്റിപ്പതിനെട്ട് മൂലകങ്ങൾക്കും തനതായ സ്വഭാവ സവിശേഷതകളും ഉപയോഗങ്ങളും ഉണ്ടെങ്കിലും ജീവലോകത്തെ സംബന്ധിച്ചിടത്തോളം ഏറ്റവും പ്രധാനപ്പെട്ട മൂലകമാണ് കാർബൺ. ഭൂമിയിലെ ജീവന്റെ അടിത്തറ തന്നെ നിര്മിക്കപ്പെട്ടിരിക്കുന്നത് കാർബണിന്റെ വിവിധ സംയുക്തങ്ങളെ ആധാരമാക്കിയാണ്. ജീവികളുടെ ശരീരത്തിന്റെ നാലിലൊന്നോളം ഭാരം കാർബൺ ആണ്. കരി മുതൽ വജ്രം വരെ പലരൂപത്തിൽ കാണപ്പെടുന്ന ഈ മൂലകത്തിന് ഭൂമിയിലെ ജൈവവ്യവസ്ഥകളെ സംബന്ധിച്ചിടത്തോളം വലിയ പ്രാധാന്യമുണ്ട്, എന്നാൽ കാർബണിന്റെ പ്രഭാവം ജീവലോകത്ത് മാത്രം ഒതുങ്ങി നിൽക്കുന്നതല്ല. വജ്രം, ഗ്രാഫൈറ്റ്, പലതരം ഫുള്ളറീനുകളും, നാനോട്യൂബുകളും, ഗ്രാഫീൻ ഇങ്ങനെ വിവിധരൂപങ്ങളിൽ അജൈവലോകത്തും കാർബൺ ആധിപത്യം പുലർത്തുന്നു. നമ്മുടെ ഭക്ഷണത്തിലെ പ്രധാന ഘടകമായ കാർബോഹൈഡ്രേറ്റുകൾ, പ്രോട്ടീനുകൾ, ന്യൂക്ളിക് ആസിഡുകൾ, വസ്ത്രങ്ങൾ നിർമ്മിച്ചിരിക്കുന്ന പ്രകൃതിദത്തവും കൃത്രിമവുമായ നാരുകൾ, വിവിധ മരുന്നുകൾ, ഡിറ്റർജന്റുകൾ, പ്ലാസ്റ്റിക്കുകൾ, സുഗന്ധദ്രവ്യങ്ങൾ, ചായങ്ങൾ, പെയിന്റുകൾ, കീടനാശിനികൾ തുടങ്ങിയവയെല്ലാം കാർബണിക സംയുക്തങ്ങളാണ്. പല രൂപങ്ങൾ കൈക്കൊള്ളുന്നതിൽ കാർബണോളം മിടുക്ക് മറ്റൊരു മൂലകത്തിനുമില്ല. മറ്റ് മൂലകങ്ങളുമായും സ്വയം തന്നെയും കൂടിച്ചേർന്ന് അനേകമനേകം സംയുക്തങ്ങൾ നിർമ്മിക്കപ്പെട്ടിരിക്കുന്നു.

പ്രാചീനകാലത്ത് തന്നെ കാർബൺ പല രൂപത്തിൽ മനുഷ്യന് സുപരിചിതമായിരുന്നു. പക്ഷേ കരിയും ഗ്രാഫൈറ്റും, വജ്രവുമെല്ലാം

ഒരേ മൂലകത്തിന്റെ പലരൂപങ്ങളാണെന്ന് അക്കാലത്ത് സങ്കൽപ്പി ക്കാൻ പോലും സാധ്യമായിരുന്നില്ല. കാർബണിന് ആ പേര് നല്കിയതും ആ മൂലകത്തെപ്പറ്റി വിശദമായ പഠനങ്ങൾ ആരംഭിച്ച തും രസതന്ത്രത്തിന്റെ പിതാവായി അറിയപ്പെടുന്ന ലാവോസിയർ ആണ്. ഗ്രാഫൈറ്റിനേയും വജ്രത്തേയും കാർബൺ ഡയോക്സൈഡ് ആയി മാറ്റാൻ കഴിയുമെന്ന കണ്ടെത്തൽ അവ കാർബണിന്റെ വിവിധ രൂപാന്തരങ്ങൾ ആണെന്ന് തെളിയിച്ചു. ശാസ്ത്രരംഗത്തെ മറ്റ് പല കണ്ടെത്തലുകളും പോലെ പല ശാസ്ത്രജ്ഞരുടെ ശ്രമഫ ലമായാണ് കാർബണിന്റെ വേഷപ്പകർച്ചകളുടെ രഹസ്യങ്ങൾ അനാവരണം ചെയ്യപ്പെട്ടത്. ഉയർന്ന ചൂടും മർദ്ദവും ഉപയോഗിച്ച് ഗ്രാഫൈറ്റിനെ വജ്രമാക്കിമാറ്റാനാകുമെന്ന് തെളിയിച്ചതോടെ ഇത് അസന്ദിഗ്ധമായി തെളിയിക്കപ്പെട്ടു.

കാറ്റനേഷനും കാർബൺ സംയുക്തങ്ങളും

ആവർത്തനപ്പട്ടികയിലെ പതിനാലാം ഗ്രൂപ്പിലാണ് കാർബണി ന്റെ സ്ഥാനം. പ്രകൃതിയിൽ സുലഭമായി കാണപ്പെടുന്ന ഐസോ ടോപ്പിന്റെ അറ്റോമികഭാരം പന്ത്രണ്ടാണ്. അറ്റോമിക ഭാരം പതിമൂന്നും പതിന്നാലും ആയിട്ടുള്ള രണ്ട് ഐസോടോപ്പുകൾ കൂടി കാർബണിനുണ്ട്. അറ്റോമിക ഭാരം കണക്കാക്കാനുള്ള ഏകകമായി കാർബൺ-12 ഉപയോഗിക്കുന്നു. ഭാരം പൂർണ്ണ സംഖ്യയായ മറ്റ് മൂല കങ്ങൾ ഇല്ലാത്തത് കൊണ്ടാണിത്. സംയോജക ഷെല്ലിൽ നാല് ഇലക്ട്രോണുകൾ ഉള്ളതിനാൽ മറ്റ് നാല് ആറ്റങ്ങളുമായി ഇലക്ട്രോൺ പങ്കുവെച്ച് സഹസംയോജക ബന്ധനത്തിൽ ഏർപ്പെടാൻ കഴിയും. മാത്രമല്ല സ്വയം തന്നെ ബന്ധനത്തിൽ ഏർപ്പെട്ട് നീളമുള്ള ചങ്ങല കളും പലതരം വലയരൂപങ്ങളും നിർമ്മിക്കാനുമാവും. കാറ്റനേഷൻ എന്നാണ് കാർബണിന്റെ ഈ സവിശേഷസ്വഭാവം അറിയപ്പെടു ന്നത്. മാത്രമല്ല സാധാരണമായ ഏകബന്ധനങ്ങളിലൂടെ മാത്രമല്ല ദ്വി, ത്രി ബന്ധനങ്ങൾ വഴിയും സ്വയം ബന്ധനത്തിൽ ഏർപ്പെടാൻ കാർബണിനു കഴിയും. അതുകൊണ്ട് തന്നെ കാർബൺ സംയുക്ത ങ്ങളുടെ എണ്ണം മറ്റുമൂലകങ്ങളുടേതിനെക്കാൾ ഏറെക്കൂടുതലാണ്. കാർബൺ അടങ്ങിയ സംയുക്തങ്ങളുടെ എണ്ണം മറ്റ് എല്ലാ മൂലക ങ്ങളും ഉണ്ടാക്കുന്ന സംയുക്തങ്ങളുടെ ആകെയുള്ള എണ്ണത്തെക്കാൾ വളരെയധികമാണ്. ഒരുകോടിയിലധികം കാർബൺ സംയുക്തങ്ങൾ ഇപ്പോൾ നമുക്കറിയാം. മാത്രമല്ല ഇവയിൽ ഏറെയും വളരെയധികം സ്ഥിരതയുള്ളതുമാണ്. കാർബൺ ബന്ധനങ്ങളുടെ സ്വഭാവത്തിലും

ഘടനയിലും ഉണ്ടാകുന്ന വ്യത്യാസം അവയുടെ സ്വഭാവത്തിൽ ഗണ്യമായ വ്യത്യാസമുണ്ടാക്കും. അതുകൊണ്ടാണ് വജ്രം ഏറ്റവും കാഠിന്യമുള്ള വസ്തുവായിരിക്കുമ്പോൾ തന്നെ മറ്റൊരു കാർബൺ രൂപാന്തരമായ ഗ്രാഫൈറ്റ് വളരെ മൃദുവും വഴക്കമുള്ളതുമാകുന്നത്. മൂലകങ്ങളുടെ രാജാവ് എന്ന് കാർബൺ വിശേഷിപ്പിക്കപ്പെടുന്നതും ഇതുകൊണ്ടെല്ലാം തന്നെ.

ഓർഗാനിക് കെമിസ്ട്രിയും ശാസ്ത്രസാങ്കേതിക മുന്നേറ്റവും

ഹൈഡ്രജൻ, ഓക്സിജൻ, നൈട്രജൻ, ഫോസ്ഫറസ്, സൾഫർ തുടങ്ങിയവയുമായിച്ചേർന്ന് കാർബൺ നിർമ്മിക്കുന്ന സംയുക്തങ്ങൾ ഓർഗാനിക് സംയുക്തങ്ങൾ എന്നറിയപ്പെടുന്നു. ജീവികളുടെ ശരീരത്തിൽ നിർമ്മിക്കപ്പെടുന്നത് എന്ന അർത്ഥത്തിലാണ് ഈ പേര് വന്നതെങ്കിലും പിന്നീട് അജൈവ ഉറവിടങ്ങളിൽ നിന്നും ഓർഗാനിക് സംയുക്തങ്ങൾ നിർമ്മിക്കാം എന്ന് കണ്ടെത്തി. യൂറിയ ആണ് ഇത്തരത്തിൽ നിർമ്മിക്കപ്പെട്ട ആദ്യ ഓർഗാനിക് സംയുക്തം. വോളറുടെ ഈ പരീക്ഷണം പിന്നീട് രസതന്ത്രത്തിന്റെ ഭാവിയെ തന്നെ തിരുത്തിയെഴുതി. നമ്മുടെ ശരീരത്തിലെ പ്രോട്ടീനുകൾ, എൻസൈമുകൾ, ഹോർമോണുകൾ, ആന്റിബോഡികൾ, ന്യൂക്ലിക് ആസിഡുകൾ തുടങ്ങിയവയെല്ലാം ഓർഗാനിക് സംയുക്തങ്ങളാണ്. പ്രധാനപ്പെട്ട എല്ലാ മരുന്നുകളും ഓർഗാനിക് സംയുക്തങ്ങൾ തന്നെ. പെട്രോളിയമാണ് ഓർഗാനിക് സംയുക്തങ്ങളുടെ ഏറ്റവും വലിയ ഉറവിടം. താരതമ്യേന ലളിതമായ ഘടനയുള്ള, കാർബണും ഹൈഡ്രജനും മാത്രം ചേർന്നുണ്ടായ ഹൈഡ്രോകാർബണുകൾ ആണ് പെട്രോൾ, ഡീസൽ, മണ്ണെണ്ണ, എൽ. പി. ജി, ബയോഗ്യാസ് തുടങ്ങി പ്രധാന ഇന്ധനങ്ങളിൽ എല്ലാം അടങ്ങിയിട്ടുള്ളത്. ഇന്ധനങ്ങളുടെ മാത്രമല്ല ലായകങ്ങൾ, ലൂബ്രിക്കന്റുകൾ, ചായങ്ങൾ, പ്ലാസ്റ്റിക്കുകൾ തുടങ്ങി വ്യാവസായിക പ്രാധാന്യമുള്ള മറ്റനേകം കാർബണിക സംയുക്തങ്ങളുടേയും ഉറവിടമാണ് പെട്രോളിയം. മറ്റൊരു പ്രധാന പരമ്പരാഗത ഊർജ്ജസ്രോതസ്സായ കൽക്കരിയും കാർബൺ അധിഷ്ഠിതം തന്നെയാണ്. റോഡ് ടാർ ചെയ്യാൻ ഉപയോഗിക്കുന്ന കോൾടാർ ലഭിക്കുന്നതും കൽക്കരിയിൽ നിന്നാണ്. റോഡിന്റെ കറുത്ത നിറത്തിന് കാരണക്കാരനും കാർബൺ തന്നെ. ആദ്യകാലത്ത് ജീവികളിൽ നിന്ന് മാത്രം വേർതിരിച്ചെടുത്തിരുന്ന ഓർഗാനിക് സംയുക്തങ്ങൾ പരീക്ഷണശാലയിൽ നിർമ്മിക്കാം എന്നായതോടെ രാസവസ്തുക്കളുടെ നിർമ്മാണത്തിലും അവയുടെ

ഉപയോഗത്തിലും വലിയ കുതിച്ചുചാട്ടം ഉണ്ടായി. കാർബണിക രസതന്ത്രത്തെ മനുഷ്യന് വരുതിയിലാക്കാൻ കഴിഞ്ഞതോടെയാണ് വ്യാവസായിക രംഗത്തും, ചികിത്സാ രംഗത്തും തുടങ്ങി ജീവിതത്തിന്റെ എല്ലാ മേഖലകളിലും പുരോഗതി കൈവരിക്കാനായത്.

പോളിമറുകളും കാർബണും

നമ്മൾ ഉപേക്ഷിച്ച് അലക്ഷ്യമായി വലിച്ചെറിയുന്ന പ്ലാസ്റ്റിക് കവറുകൾ മുതൽ വാഹനങ്ങളുടെ ടയറുകൾ വരെ വിവിധ പോളിമറുകളെല്ലാം കാർബൺ അധിഷ്ഠിത വസ്തുക്കളാണ്. ഇവയുടെ നീളൻ ചങ്ങലകൾ കാർബൺ ആറ്റങ്ങൾ കൂടിച്ചേർന്ന് നിർമ്മിക്കപ്പെട്ടിരിക്കുന്നു. സിലിക്കോൺ റബ്ബർ പോലെ അപൂർവ്വം ചിലത് മാത്രമാണ് ഇതിനപവാദം. ഏറ്റവും ലളിതമായ പോളിത്തീൻ മുതൽ സങ്കീർണ്ണ ഘടനയുള്ള, പ്രത്യേക ആവശ്യങ്ങൾക്ക് ഉപയോഗിക്കുന്ന പോളിമറുകൾ വരെ വലിയ വൈവിധ്യമുണ്ട് ഈ വമ്പൻ തന്മാത്രകളുടെ ലോകത്തിന്. ഭാരക്കുറവും, ഉയർന്ന കാഠിന്യവും, ദീർഘകാല ഈടുനിൽപ്പും, നിറങ്ങളിലെ വൈവിധ്യവും കുറഞ്ഞ ചെലവുമെല്ലാം പ്ലാസ്റ്റിക്കുകളെ വളരെ വേഗത്തിൽ ജനപ്രിയമാക്കി. താഴ്ന്ന താപനിലയിൽ തന്നെ, വളരെ എളുപ്പത്തിൽ സങ്കീർണ്ണഘടനയുള്ള വസ്തുക്കളാക്കി മാറ്റാമെന്നതും പരമ്പരാഗത വസ്തുക്കളെക്കാൾ ഇവയെ പ്രിയങ്കരമാക്കുന്നു. നമ്മുടെ വസ്ത്രങ്ങൾ നിർമ്മിച്ചിരിക്കുന്ന കൃത്രിമ നാരുകളും കൃത്രിമ ഹൃദയ വാൽവുകളും തുടങ്ങി ബഹിരാകാശ പേടകങ്ങളുടെ ഭാഗങ്ങൾ വരെ പോളിമറുകൾ കൊണ്ട് നിർമ്മിക്കപ്പെട്ടിരിക്കുന്നു. സ്വാഭാവിക റബ്ബറും കൃത്രിമ റബ്ബറുകളും സിന്തറ്റിക് നാരുകളും പോളിമറുകൾ തന്നെ.

കാർബണിന്റെ കുഞ്ഞൻ രൂപാന്തരങ്ങൾ

1985ൽ റിച്ചാഡ് സ്മാളി, ഹാരി ക്രോട്ടോ, റോബർട്ട് കേൾ എന്നീ മൂന്നു ശാസ്ത്രജ്ഞർ ചേർന്ന് തുടക്കമിട്ടത് കാർബണിക രസതന്ത്രത്തിലെ ഒരു പുതുയുഗത്തിനാണ്. നഗ്നനേത്രങ്ങൾ കൊണ്ട് വേർതിരിച്ചറിയാനാവാത്ത കുഞ്ഞു ഫുട്ബോളുകളാണ് അവർ കണ്ടെത്തിയത്. ബക്ക്മിൻസ്റ്റർ ഫുള്ളർ എന്ന ആർകിടെക്റ്റിന്റെ നിർമ്മിതികളോട് സാദൃശ്യമുള്ള ആ വസ്തുവിന് ബക്ക്മിൻസ്റ്റർ ഫുള്ളറീൻ എന്നാണ് പേര് നൽകിയത്. അറുപത് കാർബൺ ആറ്റങ്ങൾ ചേർന്ന ഫുട്ബോൾ രൂപത്തിലായിരുന്നു അതിന്റെ ഘടന. നഗ്നനേത്രങ്ങളുടെ കാഴ്ച്ചക്ക് അപ്പുറത്തുള്ള കാർബൺ

രൂപാന്തരങ്ങളുടെ ചരിത്രം ഇവിടെ തുടങ്ങുന്നു. പിന്നീട് ഇരുപത് മുതൽ അഞ്ഞൂറിലധികം കാർബൺ ആറ്റങ്ങൾ ചേർന്നുണ്ടായ ഫുള്ള റീനുകൾ വരെ കണ്ടെത്തി. എക്സ് റെ, എം ആർ ഐ സ്കാനിംഗ് ഉപകരണങ്ങളിലും, ഫോട്ടോതെറാപ്പി, ട്യൂമർ ചികിത്സ വിവിധ രംഗങ്ങളിലും ഇവ ഉപയോഗിക്കപ്പെടുന്നു. 1991 ലാണ് കാർബൺ നാനോട്യൂബുകൾ കണ്ടെത്തപ്പെടുന്നത്. ഇതുവരെ അറിവുള്ളതിൽ ഏറ്റവും ബലമുള്ളതും കാഠിന്യമേറിയതുമായ വസ്തുക്കളാണ് ഇവ. ഉയർന്ന വിദ്യുത്ചാലകശക്തിയും, ഒറ്റ ദിശയിൽ മാത്രം വൈദ്യുതി കടത്തിവിടുന്ന സ്വഭാവവും കാർബൺ നാനോട്യൂബുകളെ ഇലക്ട്രോ ണിക്സ് രംഗത്തെ ഭാവി പ്രതീക്ഷയാക്കുന്നു. ഇലക്ട്രോണിക് ഉപക രണങ്ങളുടെ വലിപ്പം വളരെയേറെ കുറക്കാൻ ഇത് സഹായിക്കും. ജലശുദ്ധീകരണം, ചികിത്സ, മൈക്രോസ്കോപ്പി, സെൻസറുകൾ, സോളാർ സെല്ലുകൾ തുടങ്ങി ഒട്ടേറെ രംഗങ്ങളിൽ വിപ്ലവകരമായ മാറ്റങ്ങൾ കൊണ്ടുവരാൻ കാർബൺ നാനോട്യൂബുകൾക്ക് കഴിയുമെ ന്ന് പ്രതീക്ഷിക്കുന്നു. പോളിമറുകളുടെ ബലവും ദൃഢതയും കൂട്ടാനും ചാലകശക്തി നൽകാനും ഇപ്പോൾ തന്നെ ഉപയോഗിക്കുന്നുമുണ്ട്. ഒറ്റ കാർബൺ ആറ്റത്തിന്റെ കനം മാത്രമുള്ള ഷീറ്റ് രൂപത്തിലുള്ള കാർബൺ രൂപാന്തരമായ ഗ്രാഫീൻ കണ്ടെത്തപ്പെട്ടത് 2004ലാണ്. അതിനും ദശകങ്ങൾക്കുമുമ്പ് ഗ്രാഫീന്റെ സാധ്യത പ്രവചിക്കപ്പെ ട്ടിരുന്നു. ദ്വിമാന ഘടനയായതിനാൽ ഓരോ ആറ്റവും ഷീറ്റിന്റെ രണ്ട് വശത്തുനിന്നും രാസപ്രവർത്തന വിധേയമാക്കാം. ഉയർന്ന വൈദ്യുത ചാലകത ഇതിന്റെയും സവിശേഷതയാണ്. താപചാല കതയാണ് പഠനം നടക്കുന്ന മറ്റൊരു പ്രധാന മേഖല. സുതാര്യമായ ചാലകമാണ് എന്നത് ഡിസ്പ്ലേ സാങ്കേതിക വിദ്യയിൽ വലിയ സാധ്യതകൾ തുറന്നിടുന്നു. സോളാർ സെൽ, ടച്ച് സ്ക്രീനുകൾ, LED, സ്മാർട്ട് വിൻഡോ, ഗ്രാഫീൻ ബൾബ് തുടങ്ങി ഗ്രാഫീന്റെ പ്രയോഗ സാദ്ധ്യതകൾ ഏറെയാണ്. കണ്ടെത്തപ്പെട്ട് ഏറെക്കാലം കഴിയും മുമ്പേ നാനോടെക്നോളജി രംഗത്ത് വലിയ മുന്നേറ്റങ്ങൾക്ക് കാർബ ണിന്റെ കുഞ്ഞൻ രൂപാന്തരങ്ങൾ വഴി തുറന്നു കഴിഞ്ഞു. ഭാവിയുടെ നിർമ്മാണവസ്തുക്കൾ എന്നിവ വിശേഷിപ്പിക്കപ്പെടുന്നതും ഇത് കൊണ്ടാണ്.

കാർബണും പരിസ്ഥിതിയും

ഭൂമിയുണ്ടായ കാലം തൊട്ടേ ഇവിടെയുള്ള കാർബണിന്റെ ചാക്രിക ചലനമാണ് ജീവികളുടെ ജനന മരണങ്ങളിലൂടെ

സംഭവിക്കുന്നത്. കാർബൺ ഡയോക്സൈഡിൽ നിന്ന് നിർമ്മിക്കപ്പെടുന്ന ബയോമാസ് ചക്രം പൂർത്തിയാക്കി തിരിച്ച് അന്തരീക്ഷത്തിൽ എത്തിച്ചേരുന്നു. അന്തരീക്ഷത്തിലെ കാർബൺ ഡയോക്സൈഡിന്റെ അളവ് അങ്ങനെ സന്തുലിതമായി നിലനിന്നിരുന്നു. എന്നാൽ വ്യവസായ വിപ്ലവാനന്തരം കൽക്കരി, പെട്രോളിയം, പ്രകൃതിവാതകം തുടങ്ങി പലരൂപത്തിൽ ഭൂമിക്കടിയിൽ സംഭരിക്കപ്പെട്ട കാർബൺ വലിയ തോതിൽ പുറത്തെടുക്കുകയും ജ്വലനത്തിലൂടെ കാർബൺ ഡയോക്സൈഡ് ആയി അന്തരീക്ഷത്തിൽ എത്തുകയും ചെയ്തു. മാത്രമല്ല വനനശീകരണം മൂലം കാടുകളുടെ വിസ്തൃതി കുറഞ്ഞത് കാർബൺ ഡയോക്സൈഡിന്റെ സ്വാഭാവിക സംശ്ലേഷണത്തെ കുറക്കുകയും ചെയ്തു. കാർബൺ ഡയോക്സൈഡ് സൂര്യനിൽനിന്നുള്ള താപവികിരണങ്ങളായ ഇൻഫ്രാറെഡ് കിരണങ്ങളെ അന്തരീക്ഷത്തിന് പുറത്തുവിടാതെ തടഞ്ഞുനിർത്തുന്നു. ഹരിതഗൃഹപ്രഭാവം എന്നാണ് ഇതറിയപ്പെടുന്നത്. അന്തരീക്ഷത്തിലെ കാർബൺ ഡയോക്സൈഡിന്റെ അളവ് കൂടുന്നത് ഭൂമിയിലെ ചൂട് കൂടാനിടയാക്കും. മറ്റൊരു കാർബൺ അധിഷ്ഠിത ഹരിതഗൃഹ വാതകമാണ് മീഥേൻ. അസ്ഥിരമായ കാലാവസ്ഥ, ധ്രുവങ്ങളിലെ മഞ്ഞുരുകി സമുദ്രനിരപ്പ് ഉയരൽ, കടൽ ജീവികളുടെ വംശനാശം, വർധിക്കുന്ന സാംക്രമിക രോഗങ്ങൾ തുടങ്ങി ആഗോള പരിസ്ഥിതിയെ ഇത് താളം തെറ്റിക്കും. ഓരോ വ്യക്തിയും, സ്ഥാപനവും പുറം തള്ളുന്ന കാർബൺ ഡയോക്സൈഡിന്റെ അളവാണ് കാർബൺ പാദമുദ്ര. അത് മലിനീകരണമെന്ന നാണക്കേടിന്റെ അടയാളം കൂടിയാണ്. ഇത് കുറച്ചുകൊണ്ടുവരും വിധത്തിലുള്ള ദീർഘകാലാടിസ്ഥാനത്തിലുള്ള ശ്രമങ്ങൾ ഉണ്ടാകേണ്ടിയിരിക്കുന്നു.

കാർബണിന്റെ മറ്റൊരു ഓക്സൈഡ് ആയ കാർബൺ മോണോക്സൈഡ് ഗുരുതരമായ മലിനീകാരിയാണ്. ഇത് ശ്വസിക്കുന്നത് മരണത്തിനു വരെ കാരണമാകും. കാർബൺ മോണോക്സൈഡ് രക്തത്തിലെ ഹീമോഗ്ലോബിനുമായിച്ചേർന്ന് ശ്വസനം അസാധ്യമാക്കുന്നു. പ്ലാസ്റ്റിക്കുകളാണ് ഇന്നത്തെ ഏറ്റവും പ്രധാനപ്പെട്ട ഖരമാലിന്യം. ഇവയുടെ സ്ഥിരത മൂലം ഏറെക്കാലം മണ്ണിലും ജലത്തിലും വിഘടിക്കാതെ നിലനിൽക്കുന്നു. കത്തിക്കുമ്പോഴുണ്ടാകുന്ന പുകയാവട്ടെ വളരെയേറെ അപകടകാരിയുമാണ്. ഇന്ധനങ്ങളുടെ ജ്വലനം വഴിയുണ്ടാകുന്ന കാർബൺ കണികകൾ ശ്വാസകോശ രോഗങ്ങൾ, കാൻസർ എന്നിവക്ക് കാരണമാവും. ലായകങ്ങൾ, ഓർഗാനിക്

സംയുക്തങ്ങൾ, കീടനാശിനികൾ തുടങ്ങി മലിനീകാരികളായ കാർബൺ സംയുക്തങ്ങൾ ഏറെയാണ്. എന്നാൽ ഇതിനെല്ലാം പഴിക്കേണ്ടത് പാവം കാർബണിനെയല്ല മനുഷ്യന്റെ ഉപഭോഗത്വരയേയും അനിയന്ത്രിതമായ പ്രകൃതി ചൂഷണത്തെയുമാണ്, അത്തരം ജീവിതശൈലിയെ പ്രോത്സാഹിപ്പിക്കുന്ന സാമൂഹ്യ സാമ്പത്തിക വ്യവസ്ഥിതിയെ കൂടിയാണ്.

മാലിന്യത്തിൽ നിന്ന് വൈദ്യുതി: സാധ്യതകളും ബാധ്യതകളും

നഗരവത്കരണവും ഉപഭോഗസംസ്കാരത്തിന്റെ വ്യാപനവും സൃഷ്ടിച്ച ഏറ്റവും വലിയ പ്രതിസന്ധികളിൽ ഒന്നാണ് മാലിന്യങ്ങളുടെ കുന്നുകൂടൽ. ഖരമാലിന്യങ്ങളുടെ ആരോഗ്യകരമായ സംസ്കരണം ഭരണകൂടങ്ങളെ സംബന്ധിച്ചിടത്തോളം തലവേദനയായി മാറിയിട്ട് ഏതാനും ദശകങ്ങളായിരിക്കുന്നു. ഭക്ഷ്യാവശിഷ്ടങ്ങൾ അടക്കമുള്ള ജൈവവസ്തുക്കൾ, പ്ലാസ്റ്റിക്ക്, മരം, ഗ്ലാസ്, കടലാസ്, വിവിധ രാസവസ്തുക്കൾ തുടങ്ങി പലവിധ മാലിന്യങ്ങളുടെ കൂമ്പാരമാണ് മാലിന്യങ്ങൾ തള്ളുന്ന പ്രദേശങ്ങളിൽ (Landfills) എത്തുന്നത്. ഇവയുടെ വിഘടനം പരിസരപ്രദേശങ്ങളിലെ ജലസ്രോതസ്സുകളെയും ഭൂഗർഭജലത്തെയും മലിനമാക്കുകയും വ്യാപകമായ ആരോഗ്യപ്രതിസന്ധികൾ സൃഷ്ടിക്കുകയും ചെയ്യുന്നു. ഞെളിയൻപറമ്പ്, ലാലൂർ, വിളപ്പിൽ ശാല തുടങ്ങിയ കേരളത്തിലെ മാലിന്യപ്പറമ്പുകൾ സമീപവാസികളുടെ ജീവിതത്തെ ബാധിച്ച കഥകൾ നമുക്ക് പരിചിതമാണ്. മാലിന്യങ്ങളുടെ ആരോഗ്യകരമായ സംസ്കരണം ഇന്ന് ഏറ്റവും കൂടുതലായി പഠനമർഹിക്കുന്ന, നൂതന ശാസ്ത്രീയരീതികൾ ആവശ്യപ്പെടുന്ന മേഖലകൂടിയാണ്. മാലിന്യത്തിൽ നിന്ന് വൈദ്യുതി ഉത്പാദിപ്പിക്കാനുള്ള കേരളത്തിലെ ആദ്യത്തെ പദ്ധതി ഏപ്രിൽ 8 ന് ശിലാസ്ഥാപനം ചെയ്യപ്പെടാനിരിക്കുന്ന സാഹചര്യത്തിൽ മാലിന്യത്തിൽ നിന്നുള്ള വൈദ്യുതി ഉത്പാദനത്തിന്റെ സാധ്യതകളേയും പരിമിതികളേയും കുറിച്ചുള്ള ചർച്ചകൾ പ്രസക്തമാകുന്നു.

വിവിധതരം മാലിന്യങ്ങൾ

വീടുകൾ, സ്ഥാപനങ്ങൾ എന്നിവയിൽ നിന്നെല്ലാമുള്ള ജൈവ-അജൈവ മാലിന്യങ്ങളെയെല്ലാം ചേർത്താണ് ഖരമാലിന്യങ്ങൾ എന്ന് പൊതുവേ വിശേഷിപ്പിക്കുന്നത്. വികസിത രാജ്യങ്ങളിൽ മാലിന്യങ്ങൾ തരം തിരിച്ച് ശേഖരിച്ച് സംസ്കരിക്കുന്നതിനാൽ പ്ലാസ്റ്റിക് അടക്കമുള്ള അജൈവമാലിന്യങ്ങളാണ് പ്രധാനമായും മാലിന്യപ്പറമ്പുകളിൽ എത്തുന്നത്. എന്നാൽ മാലിന്യങ്ങൾ തരം തിരിച്ച് ശേഖരിക്കുന്ന പതിവില്ലാത്തതിനാൽ കേരളത്തിലെ ഖരമാലിന്യങ്ങൾ ജൈവ-അജൈവ വസ്തുക്കൾ കൂടിക്കലർന്നതാണ്. ഇത് മാലിന്യസംസ്കരണത്തെ കൂടുതൽ പ്രയാസമുള്ളതാക്കുന്നു. ഭക്ഷണാവശിഷ്ടങ്ങൾ, അറവുശാലകളിൽ നിന്നുള്ള മാലിന്യങ്ങൾ, കരിയിലകളും സസ്യാവശിഷ്ടങ്ങളും തുടങ്ങിയവയാണ് പ്രധാനപ്പെട്ട ജൈവമാലിന്യങ്ങൾ. ഇവയെ കമ്പോസ്റ്റിംഗ്, ബയോഗ്യാസ് പ്ലാന്റുകൾ എന്നിവ വഴി എളുപ്പത്തിൽ വളമോ ഊർജ്ജമോ ആക്കി മാറ്റാനാവും. കടലാസ്, കാർഡ്ബോർഡ്, ചില്ലുപാത്രങ്ങളും കുപ്പികളും, ലോഹങ്ങൾ, തുണികൾ, ചിലയിനം പ്ലാസ്റ്റിക്കുകൾ തുടങ്ങിയവ പുനരുപയോഗിക്കാവുന്ന ഖരമാലിന്യങ്ങളിൽ പെടുന്നു. കൃത്യമായി വേർതിരിച്ച് ശേഖരിച്ചാൽ ഇവയെ സംസ്കരിച്ച് ഉപയോഗിക്കാനാവും. മൊബൈൽ ഫോൺ, കമ്പ്യൂട്ടർ, ഗൃഹോപകരണങ്ങൾ ബൾബുകൾ തുടങ്ങിയവയാണ് ഇലക്ട്രോണിക് ഇലക്ട്രിക്കൽ മാലിന്യങ്ങളിൽ ഉൾപ്പെടുന്നത്. അപകടകരമായ രാസവസ്തുക്കൾ, പെയിന്റ്, ഫ്ലൂറസന്റ് ബൾബുകൾ, സ്പ്രേ കുപ്പികൾ, ബാറ്ററികൾ, ടയർ, ആശുപത്രി അവശിഷ്ടങ്ങൾ തുടങ്ങിയവയൊക്കെ അപകടകരമായ മാലിന്യങ്ങളാണ്. ഇവയെ പ്രത്യേകമായി സംസ്കരിക്കേണ്ടതുണ്ട്. പുനരുത്പാദനം നടത്താനാവാത്ത പ്ലാസ്റ്റിക്കുകൾ,ഇലക്ട്രോണിക് മാലിന്യങ്ങൾ തുടങ്ങിയവ കാലങ്ങളോളം വിഘടിക്കാതെ മണ്ണിൽ അവശേഷിച്ച് ഗുരുതരമായ പാരിസ്ഥിതിക പ്രശ്നങ്ങൾ ഉണ്ടാക്കുന്നവയാണ്. ഇവയെ പരിസ്ഥിതിക്ക് ഹാനികരമല്ലാതെ സംസ്കരിക്കാൻ സഹായിക്കുന്നു എന്നിടത്താണ് മാലിന്യത്തിൽ നിന്ന് ഊർജ്ജം ഉത്പാദിപ്പിക്കുന്ന സംവിധാനങ്ങളുടെ പ്രധാന പ്രസക്തി.

മാലിന്യത്തിൽ നിന്ന് ഊർജ്ജോത്പാദനം

അങ്കവും കാണാം താളീം ഒടിക്കാം എന്ന പഴഞ്ചൊല്ലുപോലെയാണ് മാലിന്യത്തിൽ നിന്നുള്ള ഊർജ്ജോത്പാദനം. രൂക്ഷമായ പാരിസ്ഥിതിക, ആരോഗ്യപ്രശ്നങ്ങൾ സൃഷ്ടിക്കുന്ന ഖരമാലിന്യങ്ങളെ

സംസ്കരിക്കുന്നതിനൊപ്പം തന്നെ ഇത് ഊർജ്ജപ്രതിസന്ധിയിലേക്ക് നീങ്ങിക്കൊണ്ടിരിക്കുന്ന ലോകത്തിന് ആശ്വാസം പകരുക കൂടി ചെയ്യുന്നു. ഖരമാലിന്യങ്ങൾ കാര്യമായ വേർതിരിക്കൽ കൂടാതെ ഊർജ്ജോത്പാദനത്തിന് ഉപയോഗിക്കാം എന്നതും ഇന്ത്യൻ സാഹചര്യങ്ങളിൽ പ്രധാനമാണ്. ഇവയെ കത്തിച്ച് കിട്ടുന്ന താപം ഉപയോഗിച്ച് വെള്ളത്തെ ചൂടാക്കി നീരാവിയാക്കി മാറ്റി ടർബൈനുകൾ കറക്കിയോ, കത്തിക്കുമ്പോൾ കിട്ടുന്ന വാതകങ്ങളെ ഇന്ധനമായി ഉപയോഗിച്ചോ ആണ് പൊതുവേ വൈദ്യുതി ഉത്പാദിപ്പിക്കുന്നത്. ഗ്യാസിഫിക്കേഷൻ, പൈറോളിസിസ്, തെർമൽ ഡീപോളിമറൈസേഷൻ തുടങ്ങി വിവിധ സാങ്കേതികവിദ്യകൾ മാലിന്യത്തിൽ നിന്നുള്ള ഊർജ്ജോത്പാദനത്തിന് ഉപയോഗിക്കുന്നുണ്ട്.

ഗ്യാസിഫിക്കേഷൻ

എറണാകുളം ജില്ലയിലെ ബ്രഹ്മപുരത്ത് സ്ഥാപിക്കാൻ പോകുന്ന മാലിന്യ-ഊർജ്ജ പ്ലാന്റിൽ ഈ സാങ്കേതികവിദ്യയാണ് ഉപയോഗിക്കാൻ ഉദ്ദേശിക്കുന്നത്. ഖരമാലിന്യങ്ങളെ കത്തിക്കാതെ തന്നെ കാർബൺ ഡയോക്സൈഡ്, കാർബൺ മോണോക്സൈഡ്, ഹൈഡ്രജൻ എന്നിവയുടെ മിശ്രിതമായ സിൻഗ്യാസ് അഥവാ പ്രൊഡ്യൂസർ ഗ്യാസ് ആക്കിമാറ്റുന്ന പ്രക്രിയയാണ് ഗ്യാസിഫിക്കേഷൻ. ഖരമാലിന്യത്തിന്റെ വ്യാപ്തം തൊണ്ണൂറ് ശതമാനത്തോളം കുറയ്ക്കുന്നതിനൊപ്പം ഊർജ്ജോത്പാദനവും നടക്കുന്നു. എഴുന്നൂറ് ഡിഗ്രിസെൽഷ്യസിന് മുകളിലുള്ള ഉയർന്ന ഊഷ്മാവിൽ ഓക്സിജൻ, നീരാവി എന്നിവയുടെ നിയന്ത്രിത ധാര ഉപയോഗിച്ചുള്ള രാസപ്രവർത്തനങ്ങൾ വഴിയാണ് ഇത് സാധ്യമാക്കുന്നത്. മാലിന്യങ്ങൾ നേരിട്ട് കത്തിക്കുന്നതിനെക്കാൾ ഉയർന്ന ഊർജ്ജക്ഷമത പ്രൊഡ്യൂസർ ഗ്യാസ് ഇന്ധനമായി ഉപയോഗിക്കുമ്പോൾ ലഭിക്കും. ഇത് ഗ്യാസ് ടർബൈനുകളിൽ നേരിട്ട് ഉപയോഗിച്ച് വൈദ്യുതി ഉത്പാദിപ്പിക്കാം. മാത്രമല്ല മലിനീകരണം ഉണ്ടാക്കാത്ത ഫ്യൂവൽ സെല്ലുകളിൽ ഇന്ധനമായി ഉപയോഗിക്കാനുമാവും. സിൻഗ്യാസിനെ രാസപ്രക്രിയകൾ വഴി കൂടുതൽ ഊർജ്ജക്ഷമമായ ദ്രവഇന്ധനങ്ങളാക്കി മാറ്റാനും സാധിക്കും. ഊർജ്ജോത്പാദനപ്രക്രിയക്കൊടുവിൽ ലഭിക്കുന്ന ഖര അവശിഷ്ടം റോഡ്, റെയിൽ നിർമ്മാണപ്രവർത്തനങ്ങൾക്ക് ഉപയോഗിക്കാം.

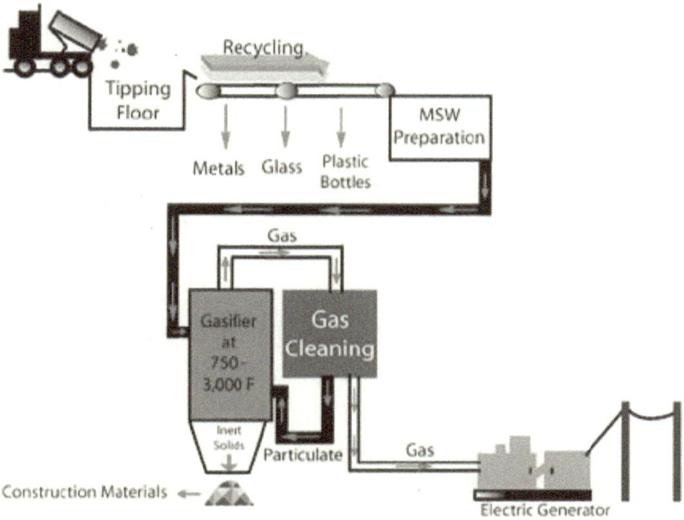

Figure 1: Schematic of MSW Gasification and Power Generation Plant

എങ്കിലും ഈ പ്രക്രിയക്ക് ധാരാളം പരിമിതികളുമുണ്ട്. കൃത്യമായി പരിശോധിച്ച് ഉറപ്പുവരുത്താതെ പ്ലാന്റിൽ നിന്ന് പുറംതള്ളപ്പെടുന്ന ഹാനികരമായ വാതകങ്ങൾ മലിനീകരണത്തിനും ഗുരുതരമായ ആരോഗ്യപ്രശ്നങ്ങൾക്കും വഴിവെക്കും എന്നതാണ് വിമർശനങ്ങളിൽ പ്രധാനപ്പെട്ടത്. ഇന്ത്യയിൽ തന്നെ ഓഖ്ലയിലെ പ്ലാന്റ് അന്തരീക്ഷ മലിനീകരണമുണ്ടാക്കിയതിനെത്തുടർന്ന് അടച്ചിടുകയും ഇരുപത്തഞ്ച് ലക്ഷം രൂപ പിഴയായി ഈടാക്കുകയുമുണ്ടായി. ഗ്യാസിഫിക്കേഷന്റെ ഫലമായി ഉണ്ടാകുന്ന ദോഷകരമായ രാസവസ്തുക്കൾ അടങ്ങിയ ചാരം പുറത്തെത്തുന്നില്ല എന്ന് ഉറപ്പുവരുത്തേണ്ടത് അത്യാവശ്യമാണ്. ഇവയെ അരിപ്പസഞ്ചികളിൽ ശേഖരിച്ച് മാലിന്യപ്പറമ്പുകളിലെത്തിച്ച് സുരക്ഷിതമായി സംസ്കരിക്കേണ്ടതുണ്ട്. അമ്ലാംശമുള്ള വാതകങ്ങളെ ക്ഷാരസ്വഭാവമുള്ള കാൽസ്യം ഹൈഡ്രോക്സൈഡ് അല്ലെങ്കിൽ സോഡിയം ഹൈഡ്രോക്സൈഡിൽ ആഗിരണം ചെയ്ത് നിർവീര്യമാക്കുകയും വേണം. നൈട്രജൻ അടങ്ങിയ വാതകങ്ങൾ ഡയോക്സിൻ എന്നിവയെ നിർവീര്യമാക്കാനും പ്രത്യേക സംവിധാനങ്ങൾ ആവശ്യമാണ്. ഡയോക്സിൻ കാൻസർ അടക്കമുള്ള രോഗങ്ങൾക്ക് കാരണമാകുന്ന രാസവസ്തുവാണ്.

ഗ്യാസിഫിക്കേഷൻ പ്രക്രിയക്ക് ഉയർന്ന ഊർജ്ജം ആവശ്യമായതിനാൽ പദ്ധതിയുടെ കാര്യക്ഷമത കുറവാകാൻ സാധ്യതയുണ്ട്. നനഞ്ഞതും ദ്രവാവസ്ഥയിൽ ഉള്ളതുമായ മാലിന്യങ്ങൾ കലരുന്നത് ഊർജ്ജക്ഷമത വീണ്ടും കുറക്കാൻ കാരണമാകും. വൈദ്യുതി ഉത്പാദനത്തിനുള്ള ചിലവ് കൂടുതലായത് കൊണ്ട് തന്നെ താരതമ്യേന ചിലവ് കുറഞ്ഞ ജലവൈദ്യുതിക്ക് പകരം വെക്കാനാവില്ല എന്ന വിമർശനവും നിലനിൽക്കുന്നു. പുനരുപയോഗം, കമ്പോസ്റ്റിംഗ് തുടങ്ങിയ സുരക്ഷിതമായ മാർഗ്ഗങ്ങൾ അവഗണിക്കപ്പെടാൻ പ്ലാന്റ് കാരണമായേക്കാം എന്നതും ആശങ്കയുണ്ടാക്കുന്ന വസ്തുതയാണ്. പ്രതിദിനം മുന്നൂറ് ടൺ മാലിന്യങ്ങൾ പദ്ധതിക്കായി ലഭ്യമാക്കേണ്ടതുണ്ട്. ലോകമെങ്ങും വിജയകരമായി പ്രവർത്തിക്കുന്ന മാലിന്യ ഗ്യാസിഫിക്കേഷൻ പ്ലാന്റുകൾ വിരളമാണ്. മലിനീകരണത്തിനും വാതകച്ചോർച്ചക്കും ഉള്ള സാധ്യതകൾ ഒഴിവാക്കിയാൽ മാത്രമേ പദ്ധതിയെക്കുറിച്ച് ഉള്ള ആശങ്കകൾ ദൂരീകരിക്കാനാവൂ. ഖരമാലിന്യ സംസ്കരണം പ്രധാനപ്പെട്ട സാമൂഹ്യപ്രശ്നമാകുന്ന കാലത്ത് മാലിന്യത്തിൽ നിന്ന് ഊർജ്ജം എന്ന ആശയത്തെ പൂർണ്ണമായും തള്ളിക്കളയാനാവില്ല. മലിനീകരണം ഒഴിവാക്കി ആശങ്കകൾ ദൂരീകരിച്ച് പദ്ധതി എങ്ങനെ നടപ്പാക്കാനാവും എന്നതാണ് മുന്നിലുള്ള വെല്ലുവിളി. മാത്രമല്ല ജനസാന്ദ്രത ഏറെ കൂടിയ കേരളത്തിൽ പ്ലാന്റ് ഉയർത്താൻ ഇടയുള്ള മലിനീകരണത്തെ കുറിച്ച് വിദഗ്ദർ തന്നെ ചൂണ്ടികാട്ടുന്നുമുണ്ട്.

ബഹിരാകാശത്തെ ഫുട്ബോൾ

നക്ഷത്രങ്ങളുടെ പ്രകാശത്തിനപ്പുറം ബഹിരാകാശം സൂക്ഷിക്കുന്ന ഒട്ടേറെ രഹസ്യങ്ങളിലേക്ക് നമുക്കിനിയും കടന്നുചെല്ലാൻ കഴിഞ്ഞിട്ടില്ല. എന്നാൽ പുതിയപുതിയ കണ്ടെത്തലുകളിലൂടെ പ്രപഞ്ചത്തെക്കുറിച്ചുള്ള നമ്മുടെ അറിവ് അനുദിനം വിശാലമാവുക തന്നെ ചെയ്യുന്നുണ്ട്. അത്തരത്തിലുള്ള പുതിയൊരു വാർത്തയാണ് ഫുള്ളറീൻ അയോണിന്റെ കണ്ടെത്തൽ. ബക്മിനിസ്റ്റർ ഫുള്ളറീന്റെ പോസിറ്റീവ് അയോണിനെയാണ് ഹബിൾ സ്പേസ് ടെലസ്കോപ്പ് ഉപയോഗിച്ചുള്ള നിരീക്ഷണങ്ങളിലൂടെ നാസയുടെ ഗൊദാർദ് സ്പേസ് ഫ്ലൈറ്റ് സെന്ററിലെ ശാസ്ത്രജ്ഞർ കണ്ടെത്തിയത്. ബഹിരാകാശത്തെ കാർബൺ രൂപാന്തരങ്ങളെക്കുറിച്ചുള്ള പഠനത്തെ സംബന്ധിച്ചിടത്തോളം ഈ കണ്ടെത്തൽ വലിയ പ്രാധാന്യമർഹിക്കുന്നു.

എന്താണ് ഫുള്ളറീൻ

മറ്റ് മൂലകങ്ങളുമായും സ്വയം തന്നെയും രാസബന്ധനത്തിൽ ഏർപ്പെടാനുള്ള കാർബണിന്റെ കഴിവാണ് ജീവന്റെ അടിത്തറയായി അതിനെ മാറ്റിത്തീർത്തിരിക്കുന്നത്. മറ്റ് കാർബൺ ആറ്റങ്ങളുമായി ബന്ധനത്തിൽ ഏർപ്പെടാനുള്ള കാർബണിന്റെ കഴിവിനെ സൂചിപ്പിക്കാൻ കാറ്റെനേഷൻ എന്ന പദമാണ് ഉപയോഗിക്കുന്നത്. ഈ സ്വഭാവം മൂലം കാർബണിന് നിരവധി രൂപാന്തരങ്ങളുണ്ട്. കരിയും, വജ്രവും പെൻസിലിലെ ഗ്രാഫൈറ്റും കാർബണിന്റെ വിവിധ രൂപങ്ങളാണ്. പന്തിന്റെ രൂപത്തിലുള്ള കാർബൺ രൂപാന്തരങ്ങളാണ് ഫുള്ളറീനുകൾ എന്നറിയപ്പെടുന്നത്. അറുപത് കാർബൺ ആറ്റങ്ങൾ ചേർന്ന് ഫുട്ബോൾ രൂപത്തിലുള്ള തന്മാത്രയാണ് ആദ്യം കണ്ടെത്തിയത്. ബക്മിനിസ്റ്റർ ഫുള്ളർ എന്ന ആർകിടെക്റ്റിന്റെ

നിർമ്മിതികളോട് സാദൃശ്യമുള്ളതിനാൽ ബക്മിനിസ്റ്റർ ഫുള്ളറീൻ എന്ന് ഇതിനു പേര് നൽകി. 70, 72. 76, 84, 100 തുടങ്ങി മൂവായിരത്തിലേറെ കാർബൺ ആറ്റങ്ങൾ കൂടിച്ചേർന്ന ഫുള്ളറീനുകളും ഉണ്ട്. താരതമ്യേന സ്ഥിരതയുള്ളതെങ്കിലും ഇവ ചില രാസപ്രവർത്തനങ്ങളിൽ പങ്കെടുക്കാറുണ്ട്. മാത്രമല്ല ഇവക്കുള്ളിലെ പൊള്ളയായ ഭാഗത്ത് വാതകങ്ങളെയും ചെറിയ തന്മാത്രകളെയും ഉൾക്കൊള്ളാനും കഴിയും. MRI സ്കാനിംഗ്, എക്സ്റേ, ഫോട്ടോതെറാപ്പി, കാൻസർ ചികിത്സ എന്നിവക്കെല്ലാം ഫുള്ളറീനുകൾ ഉപയോഗിക്കുന്നുണ്ട്. അതിചാലകത, ഇലക്ട്രോണിക്സ്, ജലശുദ്ധീകരണം എന്നിവയിലെ ഉപയോഗസാധ്യതയെപ്പറ്റിയും ഗവേഷണങ്ങൾ നടന്നുവരുന്നുണ്ട്.

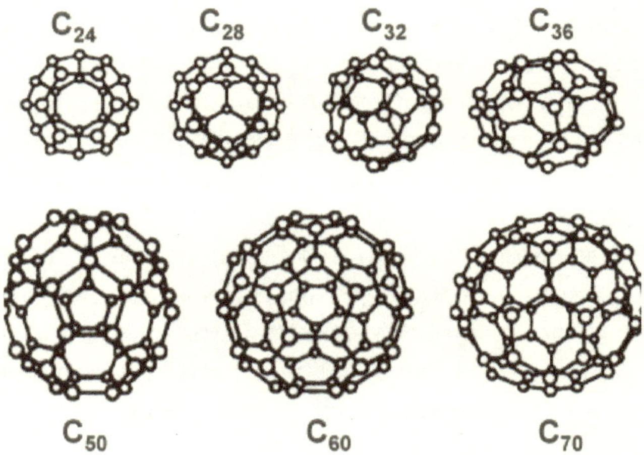

കണ്ടെത്തലിന്റെ പ്രസക്തി

നക്ഷത്രങ്ങളുടെ ജനനത്തിന്റെയും മരണത്തിന്റെയും ബാക്കിപത്രങ്ങളാണ് നക്ഷത്രാന്തരീയ മാധ്യമത്തിലുള്ളത്. എന്നാൽ നേരിട്ട് ഇവിടെയെത്തി നിരീക്ഷണം നടത്തുക അസാധ്യമാണ്. പകരം ഇവിടെ നിന്ന് വരുന്ന പ്രകാശത്തിന്റെ വർണ്ണരാജി പരിശോധിച്ച് ഏതൊക്കെ തരംഗദൈർഘ്യങ്ങളാണ് അതിലില്ലാത്തത് എന്ന് പരിശോധിക്കുന്നു. ഇവ ആഗിരണം ചെയ്യാൻ സാധ്യതയുള്ള തന്മാത്രകൾ ഏതൊക്കെയാണെന്നും നമുക്കറിയാവുന്ന തന്മാത്രകളുടെ സ്പെക്ട്രവുമായുള്ള താരതമ്യത്തിലൂടെ മനസിലാക്കുന്നു. ഇതുവഴി അവിടെയുള്ള തന്മാത്രകൾ ഏതൊക്കെ എന്ന് കണ്ടെത്താൻ കഴിയും. ചിലപ്പോൾ

ഭൂമിയിലെ നമുക്കറിയാവുന്ന തന്മാത്രകളുടേതുമായി സാമ്യമില്ലാത്ത ചില വർണ്ണരാജികളും ലഭിക്കാറുണ്ട് ഡിഫ്യൂസ് ഇന്റർസ്റ്റെല്ലാർ ബാന്റുകൾ (DIB) എന്നാണ് ഇവ അറിയപ്പെടുന്നത്. നിലവിൽ ഇത്തരം നാനൂറോളം DIB കൾ നമുക്കറിയാം. പതിറ്റാണ്ടുകൾ ശ്രമിച്ചിട്ടും ഇവയ്ക്ക് കാരണമായ തന്മാത്രകളെ കണ്ടെത്താൻ കഴിഞ്ഞിരുന്നില്ല. എന്നാൽ ആദ്യമായി ഇവയിൽ ചില ബാന്റുകൾക്ക് ഉത്തരം നല്കാൻ കൂടി ഈ പുതിയ കണ്ടെത്തലിന് കഴിയുന്നു. ലബോറട്ടറിയിൽ നിർമ്മിച്ച ഫുള്ളറീൻ അയോണിന്റെ സ്പെക്ട്രവുമായി താരതമ്യം ചെയ്താണ് ഇത് ഉറപ്പുവരുത്തിയത്. ഭൂമിയിൽ നിന്ന് നിരീക്ഷിക്കുമ്പോൾ അന്തരീക്ഷത്തിലെ നീരാവിയുടെ സാന്നിധ്യം വ്യക്തമായ സ്പെക്ട്രം ലഭിക്കുന്നതിന് തടസ്സമാകും. ഭൗമാന്തരീക്ഷത്തിന് പുറത്ത് സ്ഥാപിച്ചിട്ടുള്ള ഹബിൾ സ്പേസ് ടെലസ്കോപ്പ് ഉപയോഗിച്ചായിരുന്നു നിരീക്ഷണം എന്നതുകൊണ്ട് വ്യക്തമായ സ്പെക്ട്രം ലഭിച്ചു.

രണ്ട് പതിറ്റാണ്ടോളം നീണ്ട കാത്തിരിപ്പിന് ശേഷം കഴിഞ്ഞ ദശകത്തിലാണ് ബഹിരാകാശത്ത് ഫുള്ളറീന്റെ സാന്നിധ്യം സ്ഥിരീകരിച്ചത്. തങ്ങളുടെ ജീവിതത്തിന്റെ അന്ത്യദശയിലെത്തിയ നക്ഷത്രങ്ങളുടെ സമീപത്തുള്ള നെബുലയിലാണ് ഇവ ആദ്യം കണ്ടെത്തപ്പെട്ടത്. നക്ഷത്രാന്തരീയ മാധ്യമത്തിലും, ഉൽക്കകളിലും പിന്നീട് ഇവയെ കണ്ടെത്തി. ഫുള്ളറീന്റെ പോസിറ്റീവ് ചാർജ്ജുള്ള അയോണിനെയാണ് ഇപ്പോൾ കണ്ടെത്തിയിരിക്കുന്നത്. അൾട്രാവയലറ്റ് രശ്മികൾ ഫുള്ളറീൻ തന്മാത്രയിൽ നിന്ന് ഒരു ഇലക്ട്രോണിനെ പറിച്ച് മാറ്റുമ്പോഴാണ് ഈ അയോൺ രൂപപ്പെടുന്നത്. അൾട്രാവയലറ്റ് രശ്മികളുടെ ഉയർന്ന സാന്ദ്രത നിലനിൽക്കുന്നയിടങ്ങളിലും സങ്കീർണ്ണമായ കാർബൺ തന്മാത്രകൾക്ക് നിലനിൽക്കാൻ കഴിയുമെന്ന് ഈ കണ്ടെത്തൽ സൂചിപ്പിക്കുന്നു. ഉൽക്കകൾ വഴി ഭൂമിയിലെത്തിയ ഫുള്ളറീനുകൾ ആവാം പിന്നീട് ഭൂമിയിൽ ജീവന്റെ ഉത്ഭവത്തിന് കാരണമായത്. മാത്രമല്ല നക്ഷത്രാന്തരീയ മാധ്യമത്തിലെ പല വാതകങ്ങളും ഇവക്കുള്ളിൽ കുടുങ്ങി ഭൂമിയിൽ എത്തിയിരിക്കാനും ഇടയുണ്ട്. ജീവന്റെ ഉത്ഭവത്തെക്കുറിച്ചുള്ള കൂടുതൽ വിവരങ്ങൾ നല്കാൻ ഇത്തരം പഠനങ്ങൾക്ക് ഭാവിയിൽ കഴിയും എന്ന് തന്നെയാണ് ശാസ്ത്രജ്ഞരുടെ പ്രതീക്ഷ.

ഊർജ്ജ സംരക്ഷണവും
പുതിയ സാങ്കേതിക വിദ്യകളും

മാനവസമൂഹത്തിന്റെ അവസാനിക്കാത്ത ഉപഭോഗത്വര അപകടകരമായ ഒരു അവസ്ഥയിലാണ് ലോകത്തെ കൊണ്ടെത്തിച്ചിരിക്കുന്നത്. അടുത്ത അമ്പത് വർഷത്തിനുള്ളിൽ ഗുരുതരമായ ഊർജ്ജപ്രതിസന്ധിയെ നേരിടേണ്ടിവരുമെന്ന് കരുതപ്പെടുന്നു. പാചകവും കൃഷിയും നിർമ്മാണപ്രവർത്തനങ്ങളും ഗതാഗതവും തുടങ്ങി നമ്മുടെ ദൈനംദിന പ്രവർത്തനങ്ങളെല്ലാം വിവിധ ഊർജ്ജസ്രോതസ്സുകളെ ആശ്രയിച്ചിരിക്കുന്നു. പെട്രോളിയം അടിസ്ഥാനമായുള്ള ഇന്ധനങ്ങളാണ് ഇതിൽ പ്രധാനം. പെട്രോൾ, ഡീസൽ, മണ്ണെണ്ണ, എൽ പി ജി തുടങ്ങിയ ഇന്ധനങ്ങളുടേയും ലായകങ്ങൾ, പ്ലാസ്റ്റിക്കുകൾ നിർമ്മിക്കാനാവശ്യമായ അസംസ്കൃതവസ്തുക്കൾ എന്നിവയുടെയുമെല്ലാം സ്രോതസ്സ് പെട്രോളിയമാണ്. കൽക്കരിയാണ് മറ്റൊരു പ്രധാന ഊർജ്ജ ഉറവിടം. വൈദ്യുതി ഉത്പാദനമടക്കം നിരവധി രംഗങ്ങളിൽ കൽക്കരിയും ഉപയോഗിക്കുന്നു. ലോകത്തെ ഊർജ്ജ ആവശ്യത്തിന്റെ അറുപത്തഞ്ച് ശതമാനത്തോളം നിറവേറ്റുന്നത് ഈ രണ്ട് സ്രോതസ്സുകളും ചേർന്നാണ്. എന്നാൽ ഇവ രണ്ടും നൂറ്റാണ്ടുകളോളം കാലമെടുത്ത് ജൈവവസ്തുക്കളിൽ നിന്ന് രൂപപ്പെടുന്നവയാണ്. ഇന്നത്തെ രീതിയിൽ ഉപഭോഗം തുടർന്നാൽ ഏതാണ്ട് അമ്പത് കൊല്ലത്തോളം ഉപയോഗിക്കാനുള്ള പെട്രോളിയം ശേഖരമേ ബാക്കിയുള്ളൂ. കൽക്കരിയുടെ ഖനനവും ജ്വലനവും ഗുരുതരമായ പാരിസ്ഥിതിക മലിനീകരണത്തിന് കാരണമാകുന്നു. മാത്രമല്ല ഫോസിൽ ഇന്ധനങ്ങൾ പുറത്തുവിടുന്ന കാർബൺ ഡയോക്സൈഡ് നൂറുകണക്കിന് വർഷങ്ങൾ

അന്തരീക്ഷത്തിൽ തങ്ങിനിൽക്കുകയും ആഗോള താപനില ഉയരാൻ ഇടയാക്കുകയും ചെയ്യുന്നു. റഷ്യൻ ശാസ്ത്രജ്ഞനായ മെന്റലീഫ് അഭിപ്രായപ്പെട്ടത് പെട്രോളിയം ഇന്ധനാവശ്യങ്ങൾക്കായി ഉപയോഗിക്കുന്നത് കറൻസി നോട്ട് കത്തിച്ച് അടുപ്പിൽ തീയെരിക്കും പോലെയാണ് എന്നാണ്. ലായകങ്ങളും, പ്ലാസ്റ്റിക്കുകളും, കൃത്രിമനാരുകളും, ചായങ്ങളും അടക്കം നിരവധി വസ്തുക്കളുടെ ഉറവിടമായത് കൊണ്ടാണ് അദ്ദേഹം ഇങ്ങനെ പറഞ്ഞത്. ഫോസിൽ ഇന്ധനങ്ങൾക്ക് പകരമായി അവതരിപ്പിക്കപ്പെട്ട ആണവോർജ്ജം ഏറെ അപകടകരമാണെന്ന് തെളിയിക്കപ്പെട്ടുകഴിഞ്ഞു. ഈ പ്രശ്നങ്ങളെല്ലാം മറികടക്കണമെങ്കിൽ പുതുക്കാനാവാത്ത ഊർജ്ജ സ്രോതസ്സുകളെ ആശ്രയിച്ചുള്ള ലോകക്രമത്തിൽ നിന്ന് വഴിമാറി നടക്കേണ്ടതുണ്ട്. പ്രകൃതിസൗഹൃദവും, പുതുക്കാവുന്നതുമായ ഊർജ്ജ സ്രോതസ്സുകളെ കൂടുതലായി ആശ്രയിച്ചേ മതിയാവൂ. ഇതിനായി പുതിയ സാങ്കേതിക വിദ്യകൾ കണ്ടെത്തുകയും നിലവിലുള്ളവ വികസിപ്പിച്ചെടുക്കുകയും വേണം. നിലവിൽ പുതുക്കാനാവുന്ന ഊർജ്ജ സ്രോതസ്സുകളുടെ ഉപയോഗം ആകെ ഊർജ്ജോപഭോഗത്തിന്റെ ഇരുപത് ശതമാനത്തിൽ താഴെ മാത്രമാണ്. സൗരോർജ്ജം, ജലം, കാറ്റ്, തിരമാല,ഭൗമതാപീയ ഊർജ്ജം (ജിയോതെർമൽ ഊർജ്ജം) എന്നിവയെല്ലാം സ്വാഭാവിക ഊർജ്ജ ഉറവിടങ്ങളാണ്. ഫ്യൂവൽ സെല്ലുകൾ,ജൈവഡീസൽ പോലുള്ള ജൈവ ഇന്ധനങ്ങൾ എന്നിവ മനുഷ്യനിർമ്മിതമായ ഹരിത ഊർജ്ജസ്രോതസ്സുകളാണ്. കൂടാതെ ജൈവമാലിന്യത്തിൽ നിന്നുള്ള മീഥേൻ വാതകത്തെ അടിസ്ഥാനമാക്കിയുള്ള ബയോഗ്യാസ് പൂർണ്ണമായും ഹരിത ഇന്ധനമല്ലെങ്കിലും മാലിന്യപ്രശ്നത്തിനുള്ള പരിഹാരം കൂടിയാണ്.

സൗരോർജ്ജം സാധ്യതകളും പരിമിതികളും

സൂര്യനിൽ നിന്നുള്ള പ്രകാശോർജ്ജത്തെ അർദ്ധചാലക വസ്തുക്കൾ ഉപയോഗിച്ച് വൈദ്യുതോർജ്ജമാക്കി മാറ്റുന്ന ഉപകരണങ്ങളാണ് സോളാർസെല്ലുകൾ. ഭൂമിയിലുള്ള എല്ലാ ഊർജ്ജത്തിന്റെയും ഉറവിടം സൂര്യനാണ്. കേരളത്തെപ്പോലെ വർഷത്തിൽ മിക്കസമയവും സൂര്യപ്രകാശം ലഭിക്കുന്ന പ്രദേശങ്ങളിൽ സൗരസാങ്കേതിക വിദ്യ ഫലപ്രദമായി ഉപയോഗിക്കാനുള്ള സാധ്യതകൾ ഏറെയാണ്. ഫോസിൽ ഇന്ധനങ്ങളുടെ ഉപയോഗവും ഹരിതഗൃഹ വാതകങ്ങളുടെ പുറംതള്ളലും കുറക്കാൻ സൗരോർജ്ജത്തിന്റെ ഉപയോഗംകൊണ്ട് സഹായിക്കും. എന്നാൽ സോളാർപാനലുകൾ സ്ഥാപിക്കാനുള്ള

ഉയർന്ന ചെലവും, മഴക്കാലത്ത് ഉത്പാദനശേഷിയിൽ വരുന്ന കുറവുമെല്ലാം സൗരവൈദ്യുതിയെ സംബന്ധിച്ചുള്ള പരിമിതികളാണ്. സൂര്യപ്രകാശം പകൽ മാത്രം ലഭ്യമായത് കൊണ്ട് ഉയർന്ന സംഭരണശേഷിയുള്ള ബാറ്ററികൾ ഉപയോഗിച്ച് മാത്രമേ രാത്രി ഉപയോഗിക്കാൻ വേണ്ട ഊർജ്ജം സംഭരിച്ച് വെക്കാനാവൂ. മാത്രമല്ല സോളാർസെല്ലുകളുടെ ക്ഷമത ഇപ്പോഴും മുപ്പത് ശതമാനത്തിൽ താഴെ മാത്രമാണ്. ബാറ്ററികളാവട്ടെ ചെലവേറിയതും, വലിപ്പം കൂടിയതും കുറച്ച് വർഷങ്ങൾ മാത്രം പ്രവർത്തിക്കാൻ ശേഷിയുള്ളതുമാണ്. ഈ പരിമിതികളെ മറികടന്ന് സൗരോർജ്ജസെല്ലുകളുടെ കാര്യക്ഷമത വർദ്ധിപ്പിക്കാനും വലിപ്പം കുറഞ്ഞതും കൂടുതൽ സംഭരണശേഷിയും ആയുർദൈർഘ്യവുമുള്ള ബാറ്ററികൾ വികസിപ്പിച്ചെടുക്കാനുമുള്ള ഗവേഷണങ്ങൾ ലോകമെമ്പാടും നടന്നുവരുന്നുണ്ട്.

ചാലകങ്ങൾക്കും പ്രതിരോധകങ്ങൾക്കും ഇടയിൽ നിൽക്കുന്ന വസ്തുക്കളാണ് അർദ്ധചാലകങ്ങൾ. സോളാർ പാനലുകൾ, കമ്പ്യൂട്ടറുകൾ, മറ്റ് ഇലക്ട്രോണിക് ഉപകരണങ്ങൾ എന്നിവയിലെല്ലാം വ്യാപകമായി ഇവ ഉപയോഗിക്കപ്പെടുന്നു. അർദ്ധചാലകങ്ങളിൽ ഉത്പാദിപ്പിക്കപ്പെടുന്ന ഉയർന്ന ഊർജ്ജമുള്ള ഇലക്ട്രോണുകൾ ഹോട്ട് ഇലക്ട്രോണുകൾ എന്നറിയപ്പെടുന്നു. അർദ്ധചാലകങ്ങളിൽ നിന്ന് പ്രകാശം ഇവയെ പറിച്ചുമാറ്റുമ്പോൾ ഉണ്ടാകുന്ന ഇലക്ട്രോൺ രാഹിത്യം ഹോളുകള് എന്നും അറിയപ്പെടുന്നു. ഹോട്ട് ഇലക്ട്രോണുകൾക്ക് സ്ഥിരത വളരെകുറവാണ്. തങ്ങൾക്ക് ലഭിച്ച അധിക ഊർജ്ജത്തെ താപമായി പുറന്തള്ളി സ്ഥിരത കൈവരിയ്ക്കാൻ ഇവ ശ്രമിക്കുന്നു. ഹോളുകളുമായി കൂടിച്ചേർന്ന് ഉയർന്ന ഊർജ്ജം ലഭിക്കും മുമ്പുള്ള അവസ്ഥയിലേക്ക് തിരികെ പോവുകയും ചെയ്യുന്നു. അർദ്ധചാലകങ്ങളിലെ ഊർജ്ജനഷ്ടത്തിന് ഒരുപ്രധാന കാരണം ഹോട്ട് ഇലക്ട്രോണുകളാണ്. കൂടാതെ ഇവ ഉത്പാദിപ്പിക്കുന്ന താപം അർദ്ധചാലകത്തിന്റെ സ്ഥിരതയെ പ്രതികൂലമായി ബാധിക്കുന്നു. ഹോട്ട് ഇലക്ട്രോണുകളുടെ ഊർജ്ജത്തെ ഉപയോഗപ്പെടുത്താൻ കഴിഞ്ഞാൽ അർദ്ധചാലകങ്ങളുടെ പ്രവർത്തനക്ഷമത വർധിപ്പിക്കാൻ കഴിയും. ഇതിനായുള്ള ഗവേഷണങ്ങൾ ലോകമെമ്പാടും നടക്കുന്നുണ്ട്. ഉയർന്ന താപനിലയും സൗരോർജ്ജസെല്ലുകളുടെ ക്ഷമതയെ കുറക്കാൻ കാരണമാകുന്നു. മാത്രമല്ല ഇവയ്ക്ക് മേൽ പതിക്കുന്ന പ്രകാശത്തിന്റെ നല്ലൊരുപങ്കും പ്രതിഫലനം മൂലം ചിതറിപ്പോകുന്നുണ്ട്.

പ്രതിഫലനം മൂലമുള്ള പ്രകാശനഷ്ടം ഒഴിവാക്കാനായി പ്രതിഫലനം തടയുന്ന പലതരത്തിലുള്ള വസ്തുക്കൾ പാനലുകളുടെ ഉപരിതലത്തിൽ പൂശാറുണ്ട്. പാനലുകൾക്ക് മേലെ ഇൻഡിയം ടിൻ ഓക്സൈഡ്, ചാലക പോളിമറുകൾ, നാനോവയറുകൾ തുടങ്ങിയവയുടെ സുതാര്യമായ പാളികൊണ്ട് പൊതിഞ്ഞും, അലുമിനിയം, സ്വർണ്ണം, വെള്ളി എന്നിവയുടെ നാനോമീറ്റർ വലിപ്പമുള്ള തരികൾ ഉൾക്കൊള്ളിച്ചുമെല്ലാം ആഗിരണശേഷി വർദ്ധിപ്പിക്കുന്നു. സൗരോർജ്ജ സെല്ലുകൾക്ക് മുകളിൽ സുതാര്യമായ സിലിക്ക ക്രിസ്റ്റൽ പാളി നിലനിർത്തുന്നത് കൊണ്ട് താപനില പതിമൂന്ന് ഡിഗ്രി സെൽഷ്യസ് വരെ കുറയ്ക്കാനാകും. പാനലുകളുടെ പിൻവശത്തുള്ള അലുമിനിയം തകിടിനുമേൽ അലുമിനയം ഓക്സൈഡ്, സിലിക്കൺ ഡയോക്സൈഡ് തുടങ്ങിയവ കൊണ്ട് പൊതിഞ്ഞും ക്ഷമത വർധിപ്പിക്കാൻ ശ്രമിക്കാറുണ്ട്. താപഫോട്ടോണുകളെ പ്രകാശമായി മാറ്റാനുള്ള പുതിയൊരു വിദ്യ അടുത്തയിടെയാണ് റൈസ് യൂണിവേഴ്സിറ്റിയിലെ ഗവേഷകർ കണ്ടെത്തിയത്. ചൂടുപിടിച്ച വസ്തുക്കളെ ഇൻഫ്രാറെഡ് ക്യാമറ കൊണ്ട് നിരീക്ഷിച്ചാൽ അവ ജ്വലിക്കുന്നത് കാണാം. ഈ താപഫോട്ടോണുകൾക്ക് തരംഗദൈർഘ്യം കൂടുതലാണ്. ഇവയെ തരംഗദൈർഘ്യം കുറഞ്ഞ പ്രകാശഫോട്ടോണുകളാക്കി മാറ്റാൻ കാർബൺ നാനോട്യൂബുകളാണ് സഹായിച്ചത്. ഒട്ടേറെ കാർബൺ നാനോട്യൂബുകൾ അടുക്കിയ പാളിയാണ് ഇതിനായി ഉപയോഗിച്ചത്. താപഫോട്ടോണുകൾക്ക് നാനോട്യൂബിന്റെ ഏത് വശത്ത് നിന്നും ട്യൂബിനകത്ത് പ്രവേശിക്കാനാവും. എന്നാൽ നാനോട്യൂബുകൾ ഒരു ദിശയിൽ മാത്രം ചാലകത കാണിക്കുന്നതിനാൽ ഒരു വശത്തുകൂടി മാത്രമേ പുറത്ത് കടക്കാനാവൂ. നാനോട്യൂബിനകത്ത് ഇവ കുറഞ്ഞതരംഗദൈർഘ്യമുള്ള പ്രകാശ ഫോട്ടോണുകളായി മാറുന്നു. പിന്നീട് സോളാർ പാനലിലൂടെ കടത്തിവിട്ട് വൈദ്യുതിയാക്കി മാറ്റാം. മറ്റ് താപ സ്രോതസ്സുകളിൽ നിന്നുള്ള ഊർജ്ജവും ഇത്തരത്തിൽ സോളാർവൈദ്യുതിയാക്കി മാറ്റാമെന്ന് ഇവർ കരുതുന്നു. കാർബൺ നാനോട്യൂബുകൾക്ക് ആയിരം ഡിഗ്രി സെൽഷ്യസിൽ അധികം താപനിലയിലും പ്രവർത്തിക്കാനുമാവും. എന്നാൽ സോളാർ പാനലുകൾ ഉപയോഗിച്ച് പരീക്ഷണങ്ങൾ നടത്തി പ്രായോഗികമായി ഇത് വിജയിക്കുമോ എന്ന് ഉറപ്പ് വരുത്തേണ്ടതുണ്ട്.

മറ്റൊരു പഠനത്തിൽ സ്വർണ്ണനാനോകണങ്ങൾ ഉൾപ്പെട്ട ത്രിതലഘടനയാണ് ഹോട്ട് ഇലക്ട്രോണുകളെ പിടിച്ചെടുക്കാൻ ഗവേഷകർ

ഉപയോഗിച്ചത്. മിനുസപ്പെടുത്തിയ കനം കുറഞ്ഞ അലുമിനിയം പാളിക്ക് മുകളിൽ നിക്കൽ ഓക്സൈഡ് പൂശിയിരിക്കുന്നു. ഇതിനും മുകളിലായാണ് സ്വർണ്ണനാനോകണങ്ങൾ ഉൾപ്പെടുന്ന പുറം പാളി. ഒരു മീറ്ററിന്റെ നൂറുകോടിയിൽ ഒരംശമാണ് ഒരു നാനോ മീറ്റർ. വിവിധ രാസഭൗതിക പ്രക്രിയകളിലൂടെയാണ് സ്വർണ്ണത്തെ നാനോകണങ്ങളാക്കി മാറ്റുന്നത്. 10 മുതൽ 30 വരെ നാനോമീറ്റർ വ്യാസമുള്ള നാനോകണങ്ങളാണ് ഉപയോഗിച്ചത്. ഇവയിൽ സൗരോർജ്ജം പതിക്കുമ്പോൾ ഹോട്ട് ഇലക്ട്രോണുകൾ ഉത്പാദിപ്പിക്കപ്പെടുന്നു. നിക്കൽ ഓക്സൈഡ് പാളി ഹോളുകളെ മാത്രം കടത്തിവിട്ട് ഇലക്ട്രോണുകളെ തടഞ്ഞു നിർത്തുന്ന അരിപ്പ പോലെ പ്രവർത്തിക്കുന്നു. അത് കൊണ്ട് ഇലക്ട്രോണുകളും ഹോളുകളും തമ്മിലുള്ള കൂടിച്ചേരൽ തടഞ്ഞ് ഹോട്ട് ഇലക്ട്രോണുകളെ നാനോകണങ്ങളുടെ പ്രതലത്തിൽ നിലനിർത്താൻ കഴിയുന്നു. ഇവയുടെ ഊർജ്ജം ഉപയോഗിച്ച് ജലത്തെ വിഘടിപ്പിച്ച് ഹൈഡ്രജനും ഓക്സിജനുമാക്കി മാറ്റാൻ കഴിയും. ഫ്യൂവൽ സെല്ലുകളിൽ ഇന്ധനമായി ഉപയോഗിക്കുന്ന വാതകങ്ങളാണ് ഇവ. ഹോട്ട് ഇലക്ട്രോണുകളുടെ ഊർജ്ജം ഉപയോഗപ്പെടുത്താൻ കഴിയുന്നതോടെ സൗരോർജ്ജ സെല്ലുകളുടെ പ്രവർത്തന ക്ഷമത വർദ്ധിപ്പിക്കാനും ഊർജ്ജോല്പാദനം ചിലവ് കുറഞ്ഞതാക്കാനും കഴിയും. ജലാശയങ്ങൾക്ക് മുകളിൽ തടസ്സങ്ങളില്ലാതെ ലഭിക്കുന്ന സൂര്യപ്രകാശത്തെ കൂടുതൽ ഫലപ്രദമായി ഉപയോഗപ്പെടുത്താനാവും. ജലത്തിൽ പൊങ്ങിക്കിടക്കുന്ന സോളാർ പാടങ്ങൾ ഇതിനായി ഉപയോഗിക്കുന്നു. ഇത്തരത്തിൽ 500 കിലോവാട്ട് ശേഷിയുള്ള ഒരു സൗരോർജ്ജപ്പാടം വയനാട്ടിലെ ബാണാസുരസാഗർ അണക്കെട്ടിലും സ്ഥാപിക്കപ്പെട്ടിരുന്നു. കൊച്ചി അന്താരാഷ്ട്ര വിമാനത്താവളം സൗരോർജ്ജത്തെ മാത്രം ആശ്രയിച്ച് പ്രവർത്തിക്കുന്ന ലോകത്തെ ആദ്യ വിമാനത്താവളമാണ്. ഇത്തരത്തിൽ നിരവധി പുതിയ പരീക്ഷണങ്ങളിലൂടെ സൗരസാങ്കേതിക വിദ്യയുടെ കാര്യക്ഷമത കൂട്ടാനും കൂടുതൽ ജനപ്രിയമാക്കാനുമുള്ള സാധ്യതകളാണ് തേടുന്നത്.

ഹൈഡ്രജൻ എന്ന പ്രതീക്ഷ

ആവർത്തനപ്പട്ടികയിലെ ആദ്യ മൂലകമായ ഹൈഡ്രജൻ പ്രകൃതി സൗഹൃദ ഊർജ്ജസ്രോതസ്സുകളിലെ പുതിയ പ്രതീക്ഷയാണ്. ഒട്ടും മലിനീകരണമുണ്ടാക്കാത്ത ഇന്ധനം എന്നതാണ് ഇതിന്റെ ആകർഷണം. വെള്ളം, കാർബണിക സംയുക്തങ്ങൾ

എന്നിവയിലെല്ലാം ഹൈഡ്രജൻ ധാരാളമായി അടങ്ങിയിട്ടുണ്ട്. അതുകൊണ്ട് തന്നെ ഇത് അവസാനമില്ലാത്ത ഊർജ്ജസ്രോതസ്സാണ്. ഫ്യുവൽ സെല്ലുകളിലും, അന്തർദഹന എഞ്ചിനുകളിലും ഉപയോഗിക്കാവുന്ന ഹൈഡ്രജൻ വൈദ്യുതികൊണ്ട് പ്രവർത്തിക്കുന്ന വാഹനങ്ങൾക്ക് ഊർജ്ജം പകരും. ഓട്ടോറിക്ഷമുതൽ റോക്കറ്റ് വരെ വിവിധ വാഹനങ്ങളിൽ ഇന്ധനമായി ഹൈഡ്രജൻ ഉപയോഗിക്കാം. മാത്രമല്ല പെട്രോളിനേക്കാൾ മൂന്നുമടങ്ങോളം ഊർജ്ജസാന്ദ്രത കൂടുതലുമാണ്. ഹൈഡ്രജനും ഓക്സിജനും തമ്മിലുള്ള രാസപ്രവർത്തനം വഴിയാണ് ഫ്യുവൽ സെല്ലുകളിൽ ഊർജ്ജം ഉത്പാദിപ്പിക്കുന്നത്. മറ്റ് സെല്ലുകളിൽ ഉള്ളതുപോലെ പോസിറ്റീവും നെഗറ്റീവും ചാർജ്ജുള്ള രണ്ട് ഇലക്ട്രോഡുകളും ചാർജ്ജുള്ള കണങ്ങളുടെ (അയോണുകളുടെ) ചലനം സാധ്യമാക്കുന്ന ഇലക്ട്രോലൈറ്റും ഇവയിലും കാണാം. രാസപ്രവർത്തന വേഗതയും ക്ഷമതയും വർദ്ധിപ്പിക്കാനായി പ്ലാറ്റിനം നാനോകണങ്ങൾ പോലെയുള്ള രാസത്വരകങ്ങളും ഉപയോഗിക്കുന്നു. മറ്റ് ബാറ്ററികളെപ്പോലെ കുറച്ചുകാലത്തിന് ശേഷം ഇവ നിർജ്ജീവമാകുന്നില്ല. ഇന്ധനങ്ങളായ ഹൈഡ്രജനും ഓക്സിജനും നൽകിക്കൊണ്ടിരിക്കുന്നിടത്തോളം കാലം ഇവ തുടർച്ചയായി പ്രവർത്തിക്കും. മാത്രമല്ല രാസപ്രവർത്തനഫലമായി ജലം മാത്രമേ ഉണ്ടാകുന്നുള്ളൂ. ഇത് ഇന്ധനം കത്തിയുണ്ടാകുന്ന മലിനീകരണം ഒഴിവാക്കാൻ സഹായിക്കും. ഉയർന്ന പ്രവർത്തന ക്ഷമതയും നിശബ്ദമായി തീയോ പുകയോ ശബ്ദങ്ങളോ ഇല്ലാതെ പ്രവർത്തിക്കുന്നതും ഹൈഡ്രജനെ പ്രകൃതി സൗഹൃദ ഇന്ധനമാക്കുന്നു. എന്നാൽ ഹൈഡ്രജൻ ഒരു പ്രാഥമിക ഊർജ്ജസ്രോതസ്സ് അല്ല. ഇത് പ്രകൃതിയിൽ സ്വതന്ത്രമായി ലഭ്യമല്ല. ജലത്തിൽ നിന്ന് വൈദ്യുതവിശ്ലേഷണം വഴിയോ പ്രകൃതിവാതകത്തിൽ നിന്ന് നീരാവി ഉപയോഗിച്ചുള്ള സ്വേദനം വഴിയോ ആണ് ഹൈഡ്രജൻ വേർതിരിച്ചെടുക്കുന്നത്. ഈ പ്രക്രിയകൾ കാർബൺഡയോക്സൈഡ് പുറംതള്ളാൻ കാരണമാകുന്നു. സൂര്യപ്രകാശവും കാറ്റും തിരമാലകളും ഉൾപ്പടെയുള്ള സ്വാഭാവിക ഊർജ്ജ സ്രോതസ്സുകളിൽ നിന്നുള്ള ഊർജ്ജം ഉപയോഗിച്ച് ഹൈഡ്രജൻ വേർതിരിച്ചെടുക്കാൻ കഴിഞ്ഞാലേ അത് യഥാർത്ഥ അർത്ഥത്തിൽ ഒരു പ്രകൃതിസൗഹൃദ ഇന്ധനമായി മാറൂ. മാത്രമല്ല ചോർച്ചകൾക്കും സ്ഫോടനങ്ങൾക്കും ഉള്ള സാധ്യത കൂടുതലായത് കൊണ്ട് കാറുകളിലും മറ്റും ഉപയോഗിക്കുമ്പോൾ അപകടസാധ്യത കൂടുതലാണ്. ഇത്തരം പരിമിതികൾ മറികടക്കാൻ കഴിഞ്ഞാൽ ഭാവിയുടെ ഇന്ധനം എന്ന നിലയിൽ

വലിയ സാധ്യതകൾ നിലനിൽക്കുന്നുണ്ട്. ഡീസലുമായിച്ചേർത്ത് ഹൈഡ്രജൻ ഉപയോഗിക്കുന്നത് പൂർണ്ണമായ ജ്വലനത്തിനും കുറഞ്ഞ മലിനീകരണത്തിനും സഹായിക്കും. ഇത് പലസ്ഥലങ്ങളിലും ഇപ്പോൾ തന്നെ പരീക്ഷിക്കപ്പെട്ടിട്ടുണ്ട്. ഹൈഡ്രജൻ ഉത്പാദനത്തിന് കൂടുതൽ ഹരിതമായ സാങ്കേതിക വിദ്യകൾ കണ്ടെത്തുന്നതോടെ ഹൈഡ്രജൻ ഇന്ധനമാക്കിയ വാഹനങ്ങൾ നിരത്തുകളും റെയിൽപ്പാളങ്ങളും കീഴടക്കുമെന്ന് പ്രതീക്ഷിക്കാം.

ബാറ്ററി രംഗത്തെ വെല്ലുവിളികൾ

ഇലക്ട്രിക് വാഹനങ്ങൾ കുറഞ്ഞ മലിനീകരണം ഉണ്ടാക്കുന്നവയും കൂടുതൽ കാര്യക്ഷമവും ആണെങ്കിലും അവ നിരത്തുകൾ കീഴടക്കാത്തത് എന്തുകൊണ്ടാണ്? വലിയ അളവിൽ സൗരോർജ്ജം സംഭരിച്ച് വെക്കുന്നത് ചെലവേറിയതും അസാധ്യവും ആകുന്നതെന്തുകൊണ്ട്? ബാറ്ററികളുടെ ഉയർന്ന ചെലവും കുറഞ്ഞ ഊർജ്ജസാന്ദ്രതയുമാണ് പ്രധാന പ്രശ്നങ്ങൾ. രാസോർജ്ജത്തെ വൈദ്യുതോർജ്ജമാക്കി മാറ്റുന്ന ഉപകരണങ്ങളാണ് ബാറ്ററികൾ. റീചാർജ് ചെയ്യാവുന്ന ബാറ്ററികൾ ചാർജിംഗ് സമയത്ത് വൈദ്യുതോർജ്ജത്തെ രാസോർജ്ജമാക്കി മാറ്റി സംഭരിക്കുന്നു. പിന്നീട് ഉപയോഗ സമയത്ത് തിരിച്ച് രാസോർജ്ജത്തെ വൈദ്യുതിയായി നൽകുന്നു. സംഭരിക്കാവുന്ന ഊർജ്ജത്തിന്റെ അളവ്, ഊർജ്ജത്തെ സംഭരിക്കുകയും വിട്ടുകൊടുക്കുകയും ചെയ്യുന്ന വേഗത, സുരക്ഷ എന്നിവയാണ് ബാറ്ററികളെ സംബന്ധിച്ച് ഏറ്റവും പ്രധാന ഘടകങ്ങൾ. ഒരു വിമാനത്തെ ആകാശത്തേക്ക് ഉയർത്താൻ ആവശ്യമായ വലിയ അളവ് ഊർജ്ജത്തെ പെട്ടെന്നുതന്നെ ലഭ്യമാക്കാൻ കഴിയുന്ന ബാറ്ററികൾ ഇന്നില്ല. മാത്രമല്ല ഇലക്ട്രിക് കാറുകളിൽ ഉപയോഗിക്കുന്ന ബാറ്ററിക്ക് മാത്രം സാധാരണ കാറിന്റെ നാലിലൊന്ന് വില വരുന്നുണ്ട്. നിലവിലെ ബാറ്ററികൾക്ക് യൂണിറ്റ് ഏരിയയിൽ സംഭരിക്കാവുന്ന ചാർജ്ജിന്റെ അളവ് കുറവാണ്. ഈ കുറഞ്ഞ ഊർജ്ജസാന്ദ്രത ബാറ്ററിയുടെ വലിപ്പവും അവ ഉപയോഗിക്കുന്ന വാഹനങ്ങളുടെ ഭാരവും കൂട്ടുന്നു. മാത്രമല്ല ലിഥിയം അയോൺ ബാറ്ററികൾക്ക് പോലും ഏതാണ്ട് ആയിരം റീചാർജ് വരെയേ ആയുസ്സുള്ളൂ. ഇത്തരം പരിമിതികളെ അതിജീവിക്കാനുള്ള ഗവേഷണങ്ങളാണ് നടന്നുവരുന്നത്. കാഥോഡിന്റെയും ആനോഡിന്റെയും ഊർജ്ജസംഭരണശേഷി വർധിപ്പിക്കാനുള്ള ശ്രമങ്ങൾ നടക്കുന്നു. നിലവിൽ മാർക്കറ്റിൽ ഉള്ളതിൽ ഏറ്റവും ഊർജ്ജസാന്ദ്രത കൂടിയ

കാഥോഡായ NMC-811 ന് ആയുർദൈർഘ്യം തീരെ കുറവാണ്. ആനോഡിൽ ഗ്രാഫൈറ്റിന് പകരം സിലിക്കൺ ഉപയോഗിച്ച് ക്ഷമത കൂട്ടാനാവുമെങ്കിലും അതിനും ബാറ്ററി വീർക്കൽ പോലെയുള്ള ചില പരിമിതികളുണ്ട്. ക്ഷമത കൂട്ടാനായി ഗ്രാഫൈറ്റ്-സിലിക്കൺ സംയോജിത ആനോഡുകളും നിർദ്ദേശിക്കപ്പെടുന്നുണ്ട്. ബാറ്ററികളുമായി ബന്ധപ്പെട്ട മറ്റൊരു പ്രധാന പ്രശ്നമാണ് സുരക്ഷ. ഇലക്ട്രോലൈറ്റ് ആയി ഉപയോഗിക്കുന്ന ഉയർന്ന ചാലകശേഷിയുള്ള ദ്രവങ്ങൾ എല്ലാം എളുപ്പത്തിൽ തീപിടിക്കുന്നവയുമാണ്. മൊബൈൽഫോൺ ബാറ്ററികൾ പൊട്ടിത്തെറിക്കുന്നത് ഉദാഹരണം. ലിഥിയം അയോൺ ബാറ്ററികൾ ഉയർന്ന ചൂടിൽ പൊട്ടിത്തെറിക്കാൻ സാധ്യത കൂടുതലാണ്. ഖരരൂപത്തിലുള്ള ഇലക്ട്രോലൈറ്റുകൾക്ക് തീപിടുത്ത സാധ്യത കുറയ്ക്കാനാവുമെങ്കിലും ദ്രാവകങ്ങളുടെ അത്രയും ചാർജ്ജ് സംവഹന ശേഷിയില്ല. അത് കൊണ്ടുതന്നെ നിലവിൽ ഇവ ദ്രാവകഇലക്ട്രോലൈറ്റുകൾക്ക് പകരം വെക്കാൻ കഴിയില്ല. മറ്റൊരു സാധ്യതയാണ് പോളിമർ ഇലക്ട്രോലൈറ്റുകൾ. ഇവക്കും ഉയർന്ന ഊഷ്മാവിനെ നേരിടാൻ കഴിയില്ല. ഇലക്ട്രിക് വാഹനങ്ങൾ ചാർജ്ജ് ചെയ്യാൻ മണിക്കൂറുകൾ എടുക്കുന്നതും ഒറ്റ ചാർജ്ജിംഗിൽ എത്താവുന്ന ദൂരത്തിന്റെ പരിമിതിയുമെല്ലാം ഇവ വ്യാപകമാകുന്നതിന് തടസ്സമാകുന്നുണ്ട്. ഇതിനും ബാറ്ററികളുടെ ഊർജ്ജ സംഭരണശേഷി കൂടിയേ മതിയാവൂ. പല ഘടകങ്ങളിൽ ഒരെണ്ണം മെച്ചപ്പെടുമ്പോൾ മറ്റുള്ളവ കൂടുതൽ മോശമാകുന്നതാണ് നിലവിലെ അവസ്ഥ. മാത്രമല്ല ബാറ്ററികളെ വീണ്ടും പുനരുപയോഗിക്കാനുള്ള സാധ്യതകൾ വളരെ പരിമിതമാണ്. ഭാവിയിൽ ഹരിതോർജ്ജ സാങ്കേതിക വിദ്യകൾ വ്യാപകമാകുമ്പോൾ ഈ പ്രശ്നത്തെക്കൂടി അഭിമുഖീകരിക്കേണ്ടി വരും. ഏതായാലും ഭാവിയെ മാറ്റിമറിക്കാൻ ശേഷിയുള്ള ഒരു മുന്നേറ്റം ഇനി ഉണ്ടാകേണ്ടത് ബാറ്ററികളുടെ സാങ്കേതിക വിദ്യയിലാണ്.

സൂപ്പർ കപ്പാസിറ്ററുകൾ

ബാറ്ററികളുടെ പരിമിതികളെ മറികടക്കാൻ സൂപ്പർ കപ്പാസിറ്ററുകൾക്ക് കഴിയുമെന്ന് ഗവേഷകർ കരുതുന്നു. സെക്കന്റുകൾക്കുള്ളിൽ ചാർജ്ജ് ചെയ്യാൻ കഴിയുമെന്ന് മാത്രമല്ല ലിഥിയം അയോൺ ബാറ്ററികളേക്കാൾ അനേകമടങ്ങ് ആയുർദൈർഘ്യം ഉള്ളവയുമായിരിക്കും സൂപ്പർകപ്പാസിറ്റർ അധിഷ്ഠിത വൈദ്യുതചാർജ്ജ് സംഭരണികൾ. കപ്പാസിറ്ററുകൾ നമുക്കെല്ലാം സുപരിചിതമാണ്. ചാർജ്ജ്

ചെയ്യപ്പെട്ട രണ്ടോ അതിലധികമോ ലോഹപ്ലേറ്റുകൾ വൈദ്യുതികടത്തി വിടാത്ത പാളികൊണ്ട് വേർതിരിക്കപ്പെട്ടതാണ് ഇവയുടെ ഘടന. സൂപ്പർകപ്പാസിറ്ററുകളിലാവട്ടെ വൈദ്യുതികടത്തി വിടാത്ത പാളിക്ക് പകരം ഒരു ഇലക്ട്രോലൈറ്റ് അടങ്ങിയിരിക്കുന്നു. വൈദ്യുത ചാർജ് നൽകുമ്പോൾ, ഇലക്ട്രോലൈറ്റിന് നടുവിലായി വെക്കുന്ന പേപ്പർപാളിക്കിരുവശവുമായി വിരുദ്ധ ചാർജ്ജുള്ള അയോണുകൾ സംഭരിക്കപ്പെടുന്നു. ഇവ സൃഷ്ടിക്കുന്ന പൊട്ടൻഷ്യൽ വ്യത്യാസമാണ് സൂപ്പർകപ്പാസിറ്ററുകളിൽ വൈദ്യുതി സംഭരിച്ചുവെക്കാൻ സഹായിക്കുന്നത്. വൈദ്യുതോർജ്ജം അതേ രൂപത്തിൽ തന്നെ സംഭരിക്കപ്പെടുന്നതിനാൽ കപ്പാസിറ്ററുകളെ എളുപ്പത്തിൽ ചാർജ്ജ് ചെയ്യാനും ഡിസ്ചാർജ് ചെയ്യാനും കഴിയും. മാത്രമല്ല, രാസമാറ്റങ്ങളൊന്നും നടക്കാത്തതിനാൽ ഇവയ്ക്ക് ബാറ്ററികളേക്കാൾ ആയുസ്സ് ഏറെക്കൂടുതലായിരിക്കും. ബാറ്ററികൾ ഉപയോഗിക്കാവുന്നതിനേക്കാൾ ഉയർന്ന ഊഷ്മാവിലും താഴ്ന്ന ഊഷ്മാവിലും കപ്പാസിറ്റർ ഉപയോഗിക്കാനും കഴിയും. എങ്കിലും ബാറ്ററികളെ അപേക്ഷിച്ച് സൂപ്പർകപ്പാസിറ്ററുകൾക്ക് സംഭരിക്കാൻ കഴിയുന്ന വൈദ്യുതോർജ്ജം തീരെ കുറവാണ്. അതിനാൽ തന്നെ നിലവിലുള്ള സാഹചര്യത്തിൽ ഇവയെ ബാറ്ററികൾക്ക് പകരം വെയ്ക്കാൻ സാധ്യമല്ല. ഇവയെ കൂടുതൽ മെച്ചപ്പെടുത്താൻ ഉള്ള ശ്രമങ്ങളും നടക്കുന്നു.

നിലവിൽ അഞ്ച് ശതമാനത്തിൽ താഴെ മാത്രമാണ് പുതുക്കാവുന്ന ഊർജ്ജ സ്രോതസ്സുകളുടെ ആകെ ആഗോള ഉപയോഗം. കൂടുതൽ മെച്ചപ്പെട്ട ഹരിത സാങ്കേതിക വിദ്യകൾ വികസിപ്പിക്കപ്പെടുകയും വ്യാപകമാകുകയും ചെയ്താൽ മാത്രമേ ഫോസിൽ ഇന്ധനങ്ങളുടെ അമിത ചൂഷണം കൊണ്ടെത്തിച്ചിരിക്കുന്ന ഊർജ്ജപ്രതിസന്ധിയിൽ നിന്ന് രക്ഷപ്പെടാനാവൂ. ആ ദിശയിലാവട്ടെ ശാസ്ത്രാന്വേഷണങ്ങൾ.

ഓസോൺ എന്ന മായാവി

ഭൂമിയിലെ ജീവജാലങ്ങളെ സൂര്യനിൽ നിന്നുള്ള അൾട്രാവയലറ്റ് കിരണങ്ങളിൽ നിന്ന് സംരക്ഷിക്കുന്ന ഓസോൺ പാളിയെക്കുറിച്ച് നമ്മളെല്ലാം നിരന്തരം കേൾക്കാറുണ്ട്. നിരന്തര ബോധവത്കരണവും ഇടപെടലും കൊണ്ട് ഓസോൺ ദ്വാരത്തിന്റെ വലിപ്പം കുറയ്ക്കാൻ കഴിഞ്ഞിട്ടുമുണ്ട്. ഇതിന്റെ മറുവശത്ത് തുളസിയും ആലും ഉൾപ്പടെയുള്ള സസ്യങ്ങൾ ഓസോൺ പുറത്തുവിടുമെന്നും അതുകൊണ്ട് ആരോഗ്യത്തിന് നല്ലതായതിനാലാണ് ക്ഷേത്രപരിസരത്ത് നട്ടുവളർത്തുന്നത് എന്നും ഒരു കൂട്ടം ആർഷഭാരത ശാസ്ത്രജ്ഞർ പ്രചരിപ്പിക്കുന്നുണ്ട്. എന്താണിതിലെ വാസ്തവം? ഓസോൺ എന്ന രാസതന്മാത്രയുടെ സവിശേഷതകൾ എന്തെല്ലാമാണ് എന്ന് മനസ്സിലാക്കുന്നത് ഇത്തരം സംശയങ്ങൾ അകറ്റാൻ സഹായിക്കും.

എന്താണ് ഓസോൺ

പതിനെട്ടാം നൂറ്റാണ്ടിന്റെ അവസാനം, ഡച്ച് ശാസ്ത്രജ്ഞനായ മാർട്ടിനസ് വാൻ മാരം ജലോപരിതലത്തിലെ വായുവിലൂടെ വൈദ്യുതി കടത്തിവിട്ടുള്ള ചില പരീക്ഷണങ്ങൾ നടത്തുകയായിരുന്നു. അപ്പോൾ ഇലക്ട്രിഫയറിൽ നിന്ന് ഒരു പ്രത്യേക ഗന്ധം പുറപ്പെടുന്നതായി അദ്ദേഹം നിരീക്ഷിച്ചു. എന്നാൽ എന്താണിതിനു കാരണം എന്ന് കണ്ടെത്താൻ കഴിഞ്ഞതുമില്ല. കുറച്ചുവർഷങ്ങൾക്കു ശേഷം പരീക്ഷണങ്ങൾക്കിടെ ഷോൺബൈൻ എന്ന ശാസ്ത്രജ്ഞനും ഈ പ്രത്യേക ഗന്ധം ഉണ്ടാകുന്നതായി മനസ്സിലാക്കി. പരീക്ഷണത്തിനിടെ മൂന്ന് ഓക്സിജൻ ആറ്റങ്ങൾ ചേർന്ന് ഓസോൺ

തന്മാത്ര രൂപപ്പെട്ടതായിരുന്നു ഗന്ധത്തിന് കാരണം. മണമുള്ളത് എന്നർത്ഥം വരുന്ന ഓസോൺ എന്ന പേര് ആ നീല വാതകത്തിന് നല്കിയതും ഷോൺബൈൻ ആയിരുന്നു. ജാക്ക് ലൂയിസ് സോററ്റ് ആണ് ഓസോണിന്റെ രാസസമവാക്യം ആദ്യമായി കണ്ടെത്തിയത്. പിന്നീട് ഓസോണിന് അണുക്കളെ നശിപ്പിക്കാനാവുമെന്ന് തിരിച്ചറിയുകയും വെള്ളം ശുദ്ധീകരിക്കാനും അണുനശീകരണത്തിനുമായി അത് ഉപയോഗിക്കപ്പെടുകയും ചെയ്തു. 1879 ൽ അൾട്രാവയലറ്റ് സ്പെക്ട്രോസ്കോപ്പി ഉപയോഗിച്ച് സൗരവികിരണങ്ങളെക്കുറിച്ച് പഠിച്ചുകൊണ്ടിരുന്ന കോർനു എന്ന ശാസ്ത്രജ്ഞൻ സൂര്യപ്രകാശം അന്തരീക്ഷത്തിലൂടെ കടന്നുവരുമ്പോൾ ഒരു പ്രത്യേക തരംഗദൈർഘ്യത്തിൽ കുറഞ്ഞ കിരണങ്ങൾ പെട്ടെന്ന് അപ്രത്യക്ഷമാകുന്നതായി മനസ്സിലാക്കി. അന്തരീക്ഷത്തിന്റെ ഉയർന്ന തട്ടിലുള്ള ഏതോ വാതകം അരിപ്പ പോലെ സൂര്യപ്രകാശത്തിന്റെ ഈ പ്രത്യേക ഭാഗത്തെ ആഗിരണം ചെയ്യുന്നതാകാമെന്ന് അദ്ദേഹം കരുതി. അടുത്തവർഷം തന്നെ, സൂര്യകിരണങ്ങളെ വലിച്ചെടുക്കുന്ന ഈ അജ്ഞാത വസ്തു ഓസോൺ ആണെന്ന് W. N ഹാർട്‌ലി പരീക്ഷണങ്ങളിലൂടെ തെളിയിച്ചു. 1920 കളിൽ ജി. എം. ബി ഡോബ്സന്റെ നേതൃത്വത്തിൽ വികസിപ്പിച്ച സ്പെക്ട്രോമീറ്റർ ഉപയോഗിച്ച് അന്തരീക്ഷത്തിലെ ഓസോണിന്റെ അളവും അത് ഋതുക്കൾക്കനുസരിച്ച് മാറുന്നതായും കണ്ടെത്തി. ഓസോൺ നിർമ്മിക്കപ്പെടുന്ന രാസവിദ്യയുടെ രഹസ്യം സിഡ്നി ചാപ്മാൻ കണ്ടെത്തിയതോടെ അന്തരീക്ഷത്തിന്റെ രണ്ടാം തട്ടായ സ്ട്രാറ്റോസ്ഫിയറിൽ സൂര്യപ്രകാശത്തിലെ അപകടകാരിയായ അൾട്രാവയലറ്റ് കിരണങ്ങളെ അരിച്ചുമാറ്റുന്ന അരിപ്പ പോലെ ഓസോൺ പ്രവർത്തിക്കുന്നു എന്ന് മനസ്സിലായി.

രണ്ടാറ്റങ്ങൾ കൂടിച്ചേർന്ന ദ്വയറ്റോമിക തന്മാത്രയായാണ് നമ്മുടെ ജീവവായുവായ ഓക്സിജൻ നിലനിൽക്കുന്നത്. സാധാരണ നിലക്ക് ഓക്സിജൻ തന്മാത്ര ഉയർന്ന സ്ഥിരതയുള്ളതാണ്. എന്നാൽ അന്തരീക്ഷത്തിന്റെ മുകൾത്തട്ടിൽ സൂര്യപ്രകാശത്തിലെ അൾട്രാവയലറ്റ് കിരണങ്ങൾ ചില ഓക്സിജൻ തന്മാത്രകളെ വിഘടിപ്പിച്ച് രണ്ട് ഒറ്റ ആറ്റങ്ങളാക്കി മാറ്റുന്നു. UV കിരണങ്ങളുടെ ഉയർന്ന ഊർജ്ജം കാരണമാണ് ഈ വിഘടനം സാധ്യമാകുന്നത്. ഈ ഒറ്റപ്പെട്ട ഓക്സിജൻ ആറ്റങ്ങൾക്ക് രാസപ്രവർത്തന ശേഷി കൂടുതലായത് കൊണ്ട് അവയിൽ ചിലത് മറ്റൊരു ഓക്സിജൻ തന്മാത്രയെ ആക്രമിച്ച് മൂന്ന് ഓക്സിജൻ ആറ്റങ്ങൾ ചേർന്ന ഓസോണായി മാറുന്നു.

ഓസോണിന് ഓക്സിജനെ അപേക്ഷിച്ച് സ്ഥിരത തീരെ കുറവാണ്. അൾട്രാവയലറ്റ് രശ്മികൾ പതിക്കുമ്പോൾ അത് വിഘടിച്ച് വീണ്ടും ഓക്സിജനായി മാറുന്നു. ഇങ്ങനെ ഓസോൺ രൂപപ്പെടുകയും വിഘടിക്കുകയും ചെയ്യുന്നത് ഒരു ചക്രം പോലെ സംഭവിക്കുന്നു. ഓസോൺ ചക്രം അഥവാ ചാപ്മാൻ ചക്രം എന്നാണ് ഇത് അറിയപ്പെടുന്നത്. അതുവഴി സ്ട്രാറ്റോസ്ഫിയറിലെ ഓസോണിന്റെ അളവ് വലിയ മാറ്റങ്ങളില്ലാതെ തുടരുന്നു. അന്തരീക്ഷത്തിലെ മർദ്ദമനുസരിച്ച് കണക്കാക്കിയാൽ വെറും മൂന്നുമില്ലീമീറ്റർ മാത്രമായിരിക്കും ഓസോൺ പാളിയുടെ കനം. അന്തരീക്ഷത്തിൽ ഇരുപത് മുതൽ മുപ്പത് കിലോമീറ്റർ വരെ ഉയരത്തിലാണ് ഏറ്റവും ഉയർന്ന അളവിൽ ഓസോൺ കാണപ്പെടുന്നത്. ഇവിടെത്തന്നെ പത്തുലക്ഷം വായുതന്മാത്രകളെടുത്താൽ അതിൽ പത്ത് ഓസോൺ തന്മാത്രകളെ ഉണ്ടാവൂ. എന്നാൽ ഇത് ഭൂമിക്ക് നൽകുന്ന സംരക്ഷണമാവട്ടെ ഒട്ടും നിസ്സാരമല്ല.

CHAPMAN CYCLE

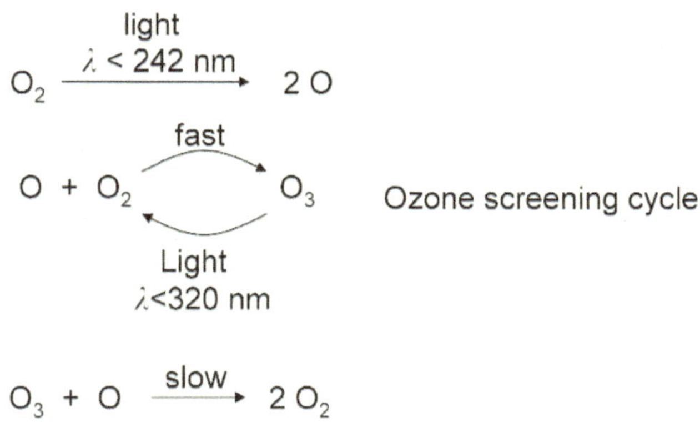

ഭൂമിയിൽ ജീവൻ ഇന്നത്തെ രൂപത്തിൽ വികസിക്കാനുള്ള പ്രധാനകാരണം ഓസോൺ പാളിയുടെ സാന്നിധ്യമാണ് എന്ന് കരുതപ്പെടുന്നു. ആദിമകാലത്ത് വായുരഹിതസാഹചര്യത്തിൽ ജീവിച്ചിരുന്ന സൂക്ഷ്മജീവികളുടെ പ്രവർത്തനഫലമായി അന്തരീക്ഷത്തിൽ ഓക്സിജൻ രൂപപ്പെടുകയും അതിൽ നിന്ന് സൂര്യപ്രകാശത്തിന്റെ സഹായത്തോടെ ഓസോൺ ഉണ്ടാവുകയും ചെയ്തു. ഓസോൺ പാളിയില്ലായിരുന്നെങ്കിൽ ഭൂമിവാഴുക സമുദ്രത്തിനടിയിൽ വെളിച്ചവും വായുവും ആവശ്യമില്ലാതെ ജീവിക്കുന്ന സൂക്ഷ്മ ജീവികളായേനെ. സമുദ്രത്തിൽ നിന്ന് ജീവൻ കരയിലേക്ക് നീങ്ങുന്നത് ഓസോൺ

പാളിയുടെ രൂപീകരണ ശേഷമാണ്. സൂര്യനിൽ നിന്നുള്ള അൾട്രാവയലറ്റ് രശ്മികൾ ഭൂമിയിലെത്തിയാൽ അത് സൂര്യാഘാതം, കാഴ്ച നഷ്ടം, ജനിതകതകരാറുകൾ, ത്വക് കാൻസർ എന്നിവയ്ക്കൊക്കെ കാരണമാകും. ചിലയിനം ജീവജാലങ്ങളെത്തന്നെ തുടച്ചുമാറ്റാനുള്ള കഴിവ് യു. വി കിരണങ്ങൾക്കുണ്ട്. സൂര്യപ്രകാശത്തിലെ 200 മുതൽ 310 നാനോമീറ്റർ വരെ തരംഗദൈർഘ്യമുള്ള വികിരണങ്ങളെയെല്ലാം ഓസോൺ തന്മാത്രകൾ ആഗിരണം ചെയ്ത് താപമാക്കി മാറ്റുന്നു. ഏറ്റവും ഹാനികരമായ യു. വി. -ബി കിരണങ്ങളാണ് ഇതിൽ പ്രധാനം. ഇവ ഭൂമിയിലെത്തുന്നതിൽ മുന്നൂറ്റമ്പത് ദശലക്ഷം മടങ്ങ് കുറവാണ് ഓസോൺ വരുത്തുന്നത് എന്നറിയുമ്പോഴേ ഓസോൺ പാളി എത്രത്തോളം പ്രധാനമാണെന്ന് മനസ്സിലാവൂ.

ഓസോൺ ശ്വസിക്കുന്നത് നല്ലതോ?

അറിയപ്പെടുന്നതിൽ ഏറ്റവും ശക്തിയേറിയ ഓക്സീകാരിയാണ് ഓസോൺ. മനുഷ്യശരീരമോ മറ്റു വസ്തുക്കളോ എന്ന വിവേചനമൊന്നും അതിനില്ല. ജലശുദ്ധീകരണത്തിന് ഓസോൺ ഉപയോഗിക്കാൻ കാരണവും അത് സൂക്ഷ്മജീവികളെ ഓക്സീകരണം വഴി നശിപ്പിക്കുന്നത് കൊണ്ടാണ്. ഓസോൺ ശ്വസിക്കുന്നത് ആരോഗ്യവും ഊർജ്ജസ്വലതയും വർധിപ്പിക്കും എന്നൊരു തെറ്റിദ്ധാരണ ഇരുപതാം നൂറ്റാണ്ടിന്റെ തുടക്കം വരെ നിലനിന്നിരുന്നു. മൃഗങ്ങളും പക്ഷികളും ചെറുജീവികളും ഓസോൺ അടങ്ങിയ വായുവിന്റെ സാന്നിധ്യത്തിൽ ശ്വസിക്കാൻ ബുദ്ധിമുട്ട് അനുഭവിക്കുന്നതായും കൂടിയ അളവിൽ അവക്ക് ജീവൻ നഷ്ടമാകുന്നതായും മനസ്സിലാക്കി. മനുഷ്യരിൽ ഇത് ശ്വാസകോശത്തിന് വീക്കവും കൂടുതൽ നേരം ശ്വസിച്ചാൽ മരണത്തിനും കാരണമാകും എന്നും കണ്ടെത്തി. ഒന്നാം ലോക മഹായുദ്ധ സമയത്ത് ലണ്ടനിലെ ക്യൂൻ അലക്സാണ്ട്രിയ ആശുപത്രിയിൽ പട്ടാളക്കാരുടെ വ്രണങ്ങൾ അണുവിമുക്തമാക്കാൻ ഓസോൺ ഉപയോഗിച്ചപ്പോൾ ശരീര കലകളും നശിക്കുന്നതായിക്കണ്ടു. ശ്വസന, രക്തചംക്രമണ, നാഡീവ്യവസ്ഥകളെയെല്ലാം ഓസോൺ നശിപ്പിക്കും എന്ന് ഇന്നറിയാം. കൂടിയ അളവിൽ ശ്വസിക്കുന്നതും കുറഞ്ഞ അളവിൽ ദീർഘകാലം ശ്വസിക്കുന്നതുമെല്ലാം ആരോഗ്യത്തിന് ഹാനികരമാണ്. ആസ്ത്മ, ഹൃദയസ്തംഭനം, ബ്രോങ്കൈറ്റിസ്, അകാല മരണം, പ്രത്യുല്പാദന മുരടിപ്പ് തുടങ്ങി പല പ്രശ്നങ്ങൾക്ക് കാരണമാകും. അന്തരീക്ഷത്തിന്റെ താഴെത്തട്ടായ ട്രോപ്പോസ്ഫിയറിൽ ഓസോൺ വായുമലിനീകാരിയും ഹരിതഗൃഹ

വാതകവുമായാണ് കണക്കാക്കപ്പെടുന്നത്. ഇരുപതാം നൂറ്റാണ്ടിന്റെ തുടക്കത്തിൽ തന്നെ ശാസ്ത്രലോകം തള്ളിക്കളഞ്ഞ തെറ്റിദ്ധാരണകളാണ് തുളസിയുടേയും ആലിന്റെയും പേരിൽ ഇപ്പോൾ പ്രചരിപ്പിക്കപ്പെടുന്നത്. അവക്ക് ഓസോൺ പുറത്തുവിടാനാവില്ല എന്നത് മറ്റൊരു കാര്യം.

ഓസോൺ നാശം എങ്ങനെ?

താരതമ്യേന സ്ഥിരത കുറഞ്ഞ തന്മാത്രയാണ് ഓസോൺ. നൈട്രജന്റെ ഓക്സൈഡുകൾ, ജലത്തിൽ നിന്നുണ്ടാകുന്ന ഹൈഡ്രോക്സിൽ റാഡിക്കൽ എന്നിവയൊക്കെ ഓസോണിനെ വിഘടിപ്പിക്കും. എന്നാൽ വൻതോതിൽ ഓസോൺ തന്മാത്രകളുടെ നാശത്തിനു കാരണമായത് ക്ലോറോഫ്ലൂറോകാർബണുകൾ എന്ന ഹാലജൻ സംയുക്തങ്ങളാണ്. ആദ്യകാലത്ത് ഫ്രിഡ്ജുകളിലും എസി കളിലും ശീതീകാരിയായി ഉപയോഗിച്ചിരുന്ന ഇവ ഓസോൺപാളിക്ക് കനത്തനാശമുണ്ടാക്കുന്നതായി 1970 കളിൽ കണ്ടെത്തി. ക്ലോറോഫ്ലൂറോകാർബണുകളുടെ സ്ഥിരത കൂടുതലായതിനാൽ ഇവക്ക് വിഘടിക്കാതെ സ്ട്രാറ്റൊസ്ഫിയറിൽ എത്താൻ കഴിയുന്നു. അവിടെ അൾട്രാവയലറ്റ് രശ്മികളുടെ സാന്നിധ്യത്തിൽ വിഘടിച്ച് ഫ്രീ റാഡിക്കലുകൾ രൂപപ്പെടുന്നു. ഒരിക്കൽ തുടങ്ങിവെച്ചാൽ ചങ്ങലയായി പടരുന്ന രാസപ്രവർത്തനത്തിലൂടെ ഈ റാഡിക്കലുകൾ ഓസോണിനെ വിഘടിപ്പിക്കുന്നു. പത്തുലക്ഷം ഓസോൺ തന്മാത്രകളെ നശിപ്പിക്കാൻ ഒറ്റ ഫ്രീ റാഡിക്കൽ മാത്രം മതിയാവും. എഴുപതുകളുടെ തുടക്കത്തിൽ തന്നെ ശാസ്ത്രജ്ഞർ ഈ അപകടം തിരിച്ചറിഞ്ഞു തുടങ്ങിയിരുന്നു. തുടർന്ന് മനുഷ്യന്റെ പ്രവർത്തനങ്ങളുടെ ഫലമായി ഓസോൺ പാളിയുടെ സാന്ദ്രത അന്റാർട്ടിക്കക്ക് മുകളിൽ കുറയുന്നതായി 1985 ൽ കണ്ടെത്തി. ധ്രുവങ്ങളിലെ കൊടും തണുപ്പ് പോളാർ സ്ട്രാറ്റോസ്ഫിയർ മേഘങ്ങൾ രൂപപ്പെടാൻ കാരണമാകുന്നുണ്ട്. ഇവയിലെ ഐസ് പരലുകൾ ഓസോൺ നാശകരാസപ്രവർത്തനങ്ങളെ സഹായിക്കുന്നു. ധ്രുവങ്ങൾക്ക് മുകളിൽ ഓസോണിന്റെ സാന്ദ്രത വല്ലാതെ കുറയാനുള്ള കാരണം ഇതാണ്. എല്ലാ വർഷവും ഒക്ടോബറിലാണ് ഓസോൺ നാശം ഏറ്റവും രൂക്ഷമാവുക. കുറച്ച് ആഴ്ച്ചകൾക്ക് ശേഷം ഇത് അന്റാർട്ടിക്കക്ക് മുകളിൽ നിന്ന് ജനവാസം കൂടിയ ഭാഗത്തേക്ക് നീങ്ങുന്നു. ഓസോൺ ദ്വാരം എന്നറിയപ്പെടുന്നെങ്കിലും തീരെ ഓസോണില്ലാത്ത മേഖലയായി ഇതിനെ കാണേണ്ടതില്ല.

മോണ്ട്രിയൽ പ്രോട്ടോകോൾ എന്ന രക്ഷകൻ

ഓസോൺ നാശത്തെക്കുറിച്ചുള്ള റോളണ്ട്-മോളിന സിദ്ധാന്തം ഓസോൺ ദ്വാരമുണ്ടാക്കുന്നതിൽ ക്ലോറോഫ്ലൂറോകാർബണുകൾ അഥവാ സി എഫ് സി കളുള്ള പങ്ക് കൃത്യമായി മുന്നോട്ട് വെച്ചു. ഈ സമയത്തും ഡ്യൂപോണ്ട് അടക്കമുള്ള CFC നിർമ്മാതാക്കൾ ഇതിനെ കെട്ടുകഥയായി തള്ളിക്കളയാനാണ് ശ്രമിച്ചത്. എന്നാൽ നാസയുടെത് അടക്കമുള്ള പഠനങ്ങൾ ഓസോൺ നാശനത്തെ ശരിവെച്ചു. 1978ൽ അമേരിക്കയും കാനഡയും നോർവെയും CFC അടങ്ങിയ സ്പ്രേകൾ നിരോധിച്ചെങ്കിലും യൂറോപ്യൻ യൂണിയൻ ഇതിന് തയ്യാറായില്ല. പിന്നീട് 1987 ൽ ഒരു അന്താരാഷ്ട്ര ഉടമ്പടിയിലൂടെ CFC ഉത്പാദനത്തിന് തടയിടാൻ തീരുമാനിച്ചു. ഉടമ്പടിയിൽ ഒപ്പുവെച്ചത് കാനഡയിലെ മോണ്ട്രിയലിൽ വെച്ചായതിനാൽ ഇത് മോണ്ട്രിയൽ പ്രോട്ടോകോൾ എന്നറിയപ്പെട്ടു.

നാളിതുവരെയുള്ളതിൽ ഏറ്റവും ഫലപ്രദമായ കാലാവസ്ഥാ ഉടമ്പടി എന്നാണ് മോണ്ട്രിയൽ പ്രോട്ടോകോൾ അറിയപ്പെടുന്നത്. ലോകത്തുള്ള എല്ലാ രാജ്യങ്ങളും ഇന്ന് ഉടമ്പടിയിൽ ഒപ്പ് വെച്ച് കഴിഞ്ഞിട്ടുണ്ട്. 1996ന് ശേഷം അമേരിക്ക CFC ഉത്പാദിപ്പിക്കുന്നില്ല. രണ്ടായിരാമാണ്ടിനു ശേഷം ഓസോൺ ദ്വാരത്തിന്റെ രൂപപ്പെടൽ നിരക്ക് കുറക്കാൻ കഴിഞ്ഞത് മോണ്ട്രിയൽ പ്രോട്ടോകോളിന്റെ വിജയമാണ്. CFC ക്ക് പകരമുള്ള സാങ്കേതികവിദ്യകൾ വികസിപ്പിക്കാൻ കഴിഞ്ഞതും തുണയായി. നിലവിൽ അന്തരീക്ഷത്തിലുള്ള ക്ലോറിന്റെ അളവ് ക്രമേണ കുറയുന്നതോടെ ഓസോൺ നാശനനിരക്ക് ഇനിയും കുറയുമെന്നാണ് പ്രതീക്ഷ. അതിന് ഇനിയും അമ്പതിലേറെ വർഷമെടുത്തേക്കാം. എങ്കിലും നിലവിലെ അവസ്ഥ പ്രതീക്ഷ നൽകുന്നത് തന്നെയാണ്. മനുഷ്യരാശിയുടെ ഇച്ഛാശക്തിക്കും കരുതലിനും ബോധപൂർവ്വമുള്ള പ്രവർത്തനങ്ങൾക്കും പരിസ്ഥിതി നാശത്തെ ചെറുക്കാൻ കഴിയുമെന്ന സന്ദേശമാണ് മോണ്ട്രിയൽ പ്രോട്ടോകോൾ നൽകുന്നത്.

ഓസോൺ ദിനവും ഭാവിയും

ഓസോൺ പാളിയുടെ പ്രാധാന്യത്തെക്കുറിച്ചും, സംരക്ഷിക്കേണ്ടതിന്റെ ആവശ്യകതയെക്കുറിച്ചും ലോകമെമ്പാടുമുള്ള ജനങ്ങളെ ബോധവാന്മാരാക്കാനാണ് രണ്ടായിരാമാണ്ട് മുതൽ സെപ്റ്റംബർ പതിനാറ് ഓസോൺ ദിനമായി ആചരിക്കുന്നത്. മോണ്ട്രിയൽ

പ്രോട്ടോകോളിൽ ഒപ്പിട്ട 1987 സെപ്റ്റംബർ പതിനാറ് തന്നെ ഇതിനായി ഐക്യരാഷ്ട്രസഭ തെരഞ്ഞെടുക്കുകയായിരുന്നു. നിലവിലെ സ്ഥിതി പ്രതീക്ഷക്ക് വക നൽകുന്നു എങ്കിലും ആഗോളതാപനം, കാർബൺ ഡയോക്സൈഡ്, മീഥേൻ എന്നിവയുടെ അളവിലെ വർധനവ് ഇവയൊക്കെ ഭാവിയിൽ ഓസോണിനെ ബാധിക്കാൻ കാരണമായേക്കാം. പരിസ്ഥിതിക്കായി ഒരു കണ്ണ് ഇപ്പോഴും തുറന്നുവെക്കേണ്ടതുണ്ടെന്ന് ഓർമ്മിപ്പിക്കുന്നു അന്താരാഷ്ട്ര ഓസോൺ ദിനം.

ഈ കിലോനോവയ്ക്ക് പറയാനേറെയുണ്ട്

ഏതാണ്ട് 13 കോടി വർഷങ്ങൾക്കുമുമ്പ് കൂട്ടിയിടിച്ച രണ്ട് നക്ഷത്രങ്ങൾക്ക് എന്താവും മനുഷ്യരോട് പറയാനുണ്ടാവുക? ഒട്ടേറെ പ്രാപഞ്ചിക പ്രതിഭാസങ്ങളെക്കുറിച്ചുള്ള ഭൗതികശാസ്ത്രത്തിന്റെ നിഗമനങ്ങളെ പരിശോധിക്കാനുള്ള അപൂർവ്വ അവസരമാണ് ഈ കൂട്ടിയിടി നൽകിയിരിക്കുന്നത്. രണ്ട് നക്ഷത്രങ്ങൾ കൂട്ടിയിടിക്കുന്നത് പ്രകാശം, എക്സ് റേ, ഗാമ തുടങ്ങിയ വിവിധ വൈദ്യുതകാന്തിക തരംഗങ്ങൾ ഉപയോഗിച്ച് ആദ്യമായി പകർത്താൻ ശാസ്ത്രലോകത്തിന് കഴിഞ്ഞു. ഭൂമിയിൽ സ്വർണ്ണമടക്കമുള്ള ഘനലോഹങ്ങൾ ഉണ്ടായതെങ്ങനെ എന്ന് വരെ വിശദീകരിക്കാൻ ഭൂമിയിൽ നിന്ന് ഏതാണ്ട് 13 കോടി പ്രകാശവർഷം അകലെയുള്ള എൻ ജി സി 4993 എന്ന ഗാലക്സിയിലുണ്ടായ ഈ കിലോനോവയ്ക്ക് സാധിച്ചു.

നക്ഷത്രമരണവും കിലോനോവയും

സ്വയം പ്രകാശിക്കാൻ കഴിവുള്ള ആകാശ ഗോളങ്ങളാണ് നക്ഷത്രങ്ങൾ. എന്നാൽ നക്ഷത്രങ്ങൾക്ക് അനന്തകാലം അതേ അവസ്ഥയിൽ ജ്വലിച്ചുകൊണ്ടിരിക്കാൻ കഴിയുമോ? നക്ഷത്രങ്ങളുടെ ജ്വലനത്തിന് കാരണമായ ന്യൂക്ലിയർ ഫ്യൂഷന് ആവശ്യമായ ഇന്ധനം തീർന്നുപോകുമ്പോൾ ഇവയ്ക്കെന്ത് സംഭവിക്കുന്നു? നക്ഷത്രങ്ങളുടെ ഭാരമാണ് യഥാർത്ഥത്തിൽ അവയുടെ വിധി തീരുമാനിക്കുന്നത്. ഭാരം കുറഞ്ഞ സൂര്യനെപ്പോലുള്ള നക്ഷത്രങ്ങൾ അന്ത്യത്തോടടുക്കുമ്പോൾ വ്യാസം വർദ്ധിച്ച് ചുവപ്പുഭീമന്മാരായും ഒടുവിൽ വാതകപുറം പാളികളെ അടർത്തിക്കളഞ്ഞു വെള്ളക്കുള്ളൻമാരായും മാറുന്നു.

ഭാരമേറിയ നക്ഷത്രങ്ങൾ ഇന്ധനം തീരുമ്പോൾ ചുവപ്പ് അതിഭീമന്മാരായി മാറുകയും പിന്നീട് സൂപ്പർ നോവയായി പൊട്ടിത്തെറിക്കുകയും ചെയ്യുന്നു. അതിഭീമമായ ഊർജ്ജമാണ് ഈ പ്രവർത്തനത്തിലൂടെ പുറംതള്ളപ്പെടുന്നത്. ഭാരം കുറഞ്ഞ മൂലകങ്ങൾ ന്യൂക്ലിയർ ഫ്യൂഷന്റെ ഫലമായി വൻനക്ഷത്രങ്ങളിൽ തന്നെ നിർമ്മിക്കപ്പെടുന്നു. എന്നാൽ, സൂപ്പർനോവ വിസ്ഫോടന സമയത്തെ ഉയർന്ന ഊർജ്ജം ഉപയോഗപ്പെടുത്തി ലഘുമൂലക ആറ്റങ്ങൾ കൂടിച്ചേർന്നാണ് ഭാരമുള്ള മൂലകങ്ങൾ നിർമ്മിക്കപ്പെടുന്നത്. സൂപ്പർനോവ വിസ്ഫോടനത്തിനു ശേഷം അവശേഷിക്കുന്ന നക്ഷത്ര ഭാഗത്തിന്റെ ഭാരം സൂര്യന്റെ ഭാരത്തിന്റെ ഏതാണ്ട് അഞ്ച് ഇരട്ടിയേക്കാൾ കുറവാണെങ്കിൽ അത് ന്യൂട്രോൺ നക്ഷത്രമായും ഈ പരിധിക്കുമുകളിലാണെങ്കിൽ തമോഗർത്തമായും മാറുന്നു. ഒരു നഗരത്തിന്റെ അത്രയും മാത്രം വിസ്തീർണ്ണവും സൂര്യനേക്കാൾ പലമടങ്ങ് ഭാരവുമുള്ളവയാണു ന്യൂട്രോൺ നക്ഷത്രങ്ങൾ. ന്യൂട്രോൺ നക്ഷത്രത്തിലെ ഒരു സ്പൂൺ ദ്രവ്യത്തിനു ടൺ കണക്കിനു ഭാരമുണ്ടാകും. പ്രകാശമുൾപ്പടെ യാതൊന്നിനെയും പുറത്തുവിടാത്ത, അതിഭീമമായ ഗുരുത്വാകർഷണ ശക്തിയുള്ളവയാണ് തമോഗർത്തങ്ങൾ. ചിലപ്പോൾ ഇത്തരം രണ്ട് ന്യൂട്രോൺ നക്ഷത്രങ്ങളോ, ഒരു ന്യൂട്രോൺ നക്ഷത്രവും തമോഗർത്തവും തമ്മിലോ കൂട്ടിയിടിക്കാറുണ്ട്. ഇത് ഭീമമായ ഊർജ്ജപ്രവാഹത്തിനും ഗുരുത്വതരംഗങ്ങളുടെ രൂപീകരണത്തിനും കാരണമാകുന്നു. ഇത്തരം കൂട്ടിയിടികളാണ് കിലോനോവ എന്നറിയപ്പെടുന്നത്. സൂപ്പർ നോവയേക്കാൾ ഊർജ്ജം കുറഞ്ഞതായത് കൊണ്ടാണു ഇവയ്ക്ക് കിലോനോവ എന്ന് പേരു നൽകിയത്.

ഗുരുത്വതരംഗങ്ങൾ

പ്രപഞ്ചത്തെ സ്ഥലകാലങ്ങളുടെ നൈരന്തര്യമായി കണക്കാക്കിയാൽ നക്ഷത്രങ്ങളെപ്പോലുള്ള ഭീമൻ ആകാശഗോളങ്ങൾ സ്ഥലകാലങ്ങളെ അവയ്ക്ക് ചുറ്റും വക്രീകരിക്കുന്നതായി സാമാന്യ ആപേക്ഷിക സിദ്ധാന്തത്തിലൂടെ ഐൻസ്റ്റീൻ അഭിപ്രായപ്പെട്ടു. വലിച്ചുകെട്ടിയ ഇലാസ്റ്റിക് ആയ ഒരു പാളിയിൽ ഭാരമുള്ള വസ്തു വെയ്ക്കുമ്പോഴുണ്ടാകുന്ന കുഴിവ് പോലെയാണിത്. ഈ കുഴിവിലേക്ക് ചുറ്റുമുള്ള ചെറിയ വസ്തുക്കൾ വലിക്കപ്പെടുന്നതാണ് ഗുരുത്വാകർഷണമായി അനുഭവപ്പെടുന്നത്. ഇത്തരം വൻ ആകാശഗോളങ്ങൾ കൂട്ടിയിടിക്കുമ്പോൾ ഗുരുത്വതരംഗങ്ങൾ രൂപപ്പെടുമെന്നും ഇവ വെള്ളത്തിലെ അലകൾ പോലെ പ്രപഞ്ചമെങ്ങും വ്യാപിക്കുമെന്ന സിദ്ധാന്തം അദ്ദേഹം

മുന്നോട്ട് വെച്ചു. സാമാന്യാപേക്ഷിക സിദ്ധാന്തത്തിന്റെ മറ്റ് പരികൽപ്പനകളെല്ലാം തെളിയിക്കപ്പെട്ടിട്ടും ഗുരുത്വതരംഗങ്ങളെ മാത്രം കണ്ടെത്താനായിരുന്നില്ല. ഏതാണ്ട് ഒരു നൂറ്റാണ്ടിന് ശേഷം 2015 ലാണ് ആദ്യമായി ഗുരുത്വതരംഗങ്ങളെ കണ്ടെത്തിയത്.

സമീപകാലത്ത് ഭൗതികശാസ്ത്രത്തിലുണ്ടായ ഏറ്റവും വലിയ മുന്നേറ്റങ്ങളിലൊന്നാണ് ഗുരുത്വതരംഗങ്ങളുടെ കണ്ടെത്തൽ. ഭൗതികശാസ്ത്രത്തിന്റെ അടിസ്ഥാന തത്വങ്ങളെ അരക്കിട്ടുറപ്പിച്ച ഈ കണ്ടെത്തൽ 2017 ലെ നോബൽ സമ്മാനത്തിനും അർഹമായിരുന്നു. അനേക വർഷങ്ങൾ നീണ്ട കാത്തിരിപ്പിനും, ലോകത്തിലെ ഏറ്റവും വലിയ പരീക്ഷണ സംവിധാനമായ ലേസർ ഇന്റർഫറോമീറ്റർ, ഗ്രാവിറ്റേഷണൽ വേവ് ഒബ്സർവേറ്ററി (LIGO) കേന്ദ്രമാക്കിയുള്ള, ആയിരത്തിലേറെ ശാസ്ത്രജ്ഞർ പങ്കെടുത്ത പത്തുവർഷത്തിലധികം നീണ്ട ഗവേഷണങ്ങൾക്കും ശേഷമാണ് 2015 സെപ്റ്റംബർ പതിന്നാലിന് ആദ്യമായി ഗുരുത്വതരംഗങ്ങളെ കണ്ടെത്തിയത്. ഗുരുത്വതരംഗങ്ങൾ കടന്നുപോകുമ്പോൾ ലൈഗോയിലെ ഭുജങ്ങൾക്കിടയിൽ സഞ്ചരിക്കുന്ന പ്രകാശരശ്മികൾക്കുണ്ടാകുന്ന വ്യതിയാനം അളന്നാണ് ഗുരുത്വതരംഗങ്ങളുടെ സാന്നിധ്യം കണ്ടെത്തിയത്. രണ്ട് ലൈഗോയിലും രൂപപ്പെട്ട സിഗ്നലുകൾ അടിസ്ഥാനമാക്കി തരംഗങ്ങളുടെ ഉറവിടത്തിന്റെ സ്ഥാനവും നിർണ്ണയിക്കാൻ കഴിഞ്ഞു. സൂര്യന്റെ മുപ്പത് മടങ്ങിലേറെ ഭാരമുള്ള രണ്ട് തമോഗർത്തങ്ങളുടെ കൂടിച്ചേരൽ വഴി രൂപപ്പെട്ടതായിരുന്നു ഈ തരംഗങ്ങൾ. തമോഗർത്തങ്ങളുടെ സാന്നിധ്യവും അങ്ങനെ ആദ്യമായി നേരിട്ട് തെളിയിക്കപ്പെട്ടു. തുടർന്ന് കഴിഞ്ഞ ആഗസ്റ്റിൽ അടക്കം മൂന്നുതവണ കൂടി തമോഗർത്തങ്ങളുടെ കൂട്ടിയിടിക്കൽ വഴിയുണ്ടാകുന്ന ഗുരുത്വതരംഗങ്ങളെ നിരീക്ഷിക്കാൻ കഴിഞ്ഞു. എന്നാൽ പ്രപഞ്ചഭൗതികശാസ്ത്ര ഗവേഷണത്തെ നിർണ്ണായകമായി സ്വാധീനിക്കാൻ കഴിവുള്ള മറ്റൊരു കണ്ടെത്തൽ കൂടി ഇക്കഴിഞ്ഞ മാസത്തിൽ ഉണ്ടായി.

രണ്ട് ന്യൂട്രോൺ നക്ഷത്രങ്ങളുടെ കൂട്ടിയിടിക്കൽ വഴി രൂപപ്പെട്ട ഗുരുത്വതരംഗങ്ങളെ 2017 ആഗസ്റ്റ് പതിനേഴിന് വൈകുന്നേരം അമേരിക്കയിൽ സ്ഥിതിചെയ്യുന്ന രണ്ട് ലൈഗോകളിലും രേഖപ്പെടുത്തി. സെക്കന്റിൽ ഏതാണ്ട് ഒരു ലക്ഷം കിലോമീറ്റർ വേഗത്തിലായിരുന്നു ഈ കൂട്ടിയിടി. ഗുരുത്വതരംഗങ്ങളുടെ ആകൃതിയിൽ നിന്നാണ് ഇത് രണ്ട് ന്യൂട്രോൺ നക്ഷത്രങ്ങൾ കൂട്ടിയിടിച്ചുണ്ടായ കിലോനോവയാണെന്ന് തിരിച്ചറിഞ്ഞത്. ഇവയും ഇറ്റലിയിലെ വിർഗോയിലും (VIRGO) രൂപപ്പെട്ട സിഗ്നലുകളുടെ അടിസ്ഥാനത്തിൽ പ്രഭവസ്ഥാനം

കണക്കാക്കുകയും എല്ലാ നിരീക്ഷണ സംവിധാനങ്ങളും ടെലസ്കോപ്പുകളും അങ്ങോട്ട് ശ്രദ്ധ കേന്ദ്രീകരിക്കുകയും ചെയ്തു. ഭൂമിയിൽ നിന്ന് ഏതാണ്ട് 13 കോടി പ്രകാശവർഷം അകലെയുള്ള എൻ ജി സി 4993 എന്ന ഗാലക്സിയിലായിരുന്നു ഈ സ്ഫോടനം. ലോകമെമ്പാടുമുള്ള ഗവേഷകർക്കൊപ്പം ഇന്ത്യൻ ഉപഗ്രഹം ആസ്ട്രോസാറ്റും, ഇന്ത്യയിലെ വിവിധ ടെലസ്കോപ്പുകളും ഗവേഷണ സ്ഥാപനങ്ങളുമെല്ലാം ഈ നിരീക്ഷണത്തിൽ പങ്കാളികളായി. 1. 7 സെക്കന്റ് നീണ്ടുനിന്ന ഗാമാതരംഗങ്ങളുടെ പ്രവാഹവും, ഏതാണ്ട് രണ്ട് ദിവസങ്ങളോളം തുടർന്ന ദൃശ്യ, അൾട്രാവയലറ്റ് വികിരണങ്ങളും രേഖപ്പെടുത്തി. ദൃശ്യപ്രകാശം, ഗാമ, അൾട്രാവയലറ്റ്, ഇൻഫ്രാറെഡ്, എക്സ്റേ എന്നിങ്ങനെ വിവിധതരം വൈദ്യുതകാന്തിക വികിരണങ്ങൾ ഉപയോഗിച്ച് ഈ സംഭവത്തെ നിരീക്ഷിക്കാനും രേഖപ്പെടുത്താനും കഴിഞ്ഞു. ഒരു പ്രാപഞ്ചിക പ്രതിഭാസം ഇത്ര വിശദവും സമഗ്രവുമായ നിരീക്ഷണത്തിന് വിധേയമാകുന്നത് ഇതാദ്യമായാണ്.

കിലോനോവയും സ്വർണ്ണവും

ഇരുമ്പിന് മുകളിൽ ആറ്റോമിക സംഖ്യയുള്ള ഘനമൂലകങ്ങളെല്ലാം രൂപപ്പെടുന്നത് സൂപ്പർനോവ, കിലോനോവ സ്ഫോടനങ്ങളിൽ പുറംതള്ളുന്ന ഊർജ്ജം ഉപയോഗപ്പെടുത്തിയാണെന്ന ധാരണ ശരിയാണെന്ന് കൂടി ഈ കൂട്ടിയിടിയിലൂടെ തെളിയിക്കപ്പെട്ടു. ഇതിൽ നിന്നുള്ള സ്പെക്ട്രം വിശകലനം ചെയ്തപ്പോൾ ഭൂമിയുടെ ഭാരത്തിന്റെ ഇരുന്നൂറിരട്ടിയോളം സ്വർണ്ണവും അഞ്ഞൂറിരട്ടിയോളം പ്ലാറ്റിനവും സ്ഫോടനഫലമായി രൂപപ്പെട്ടതായി കണ്ടെത്തി. പ്രപഞ്ചത്തിലെ വിവിധമൂലകങ്ങൾ രൂപപ്പെട്ട സാഹചര്യം പഠിക്കാൻ കൂടി അങ്ങനെ അവസരമൊരുങ്ങുന്നു.

എങ്കിലും ഈ കിലോനോവ ഉത്തരം കണ്ടെത്തേണ്ട ധാരാളം ചോദ്യങ്ങൾ കൂടി ബാക്കിവെയ്ക്കുന്നുണ്ട്. കൂട്ടിയിടിച്ച ന്യൂട്രോൺ നക്ഷത്രങ്ങൾ ന്യൂട്രോൺ നക്ഷത്രമായി തന്നെ തുടരുമോ അതോ തമോഗർത്തമായി മാറുമോ എന്നതാണ് ആദ്യത്തെ ചോദ്യം. ഇത്തരം കൂട്ടിയിടിക്കലുകൾക്കുള്ള സാധ്യത എത്രമാത്രമാണ് എന്നതാണ് അടുത്തത്. ചിലപ്പോൾ ഇത് ഇടയ്ക്കിടെ പ്രപഞ്ചത്തിൽ സംഭവിക്കുന്നതാകാം, അല്ലെങ്കിൽ അത്യപൂർവ്വവുമാകാം. ഏതായാലും ഉത്തരം ഇനിയും തേടേണ്ടിയിരിക്കുന്നു. ഇതോടെ പ്രപഞ്ചശാസ്ത്രത്തിൽ ഗ്രാവിറ്റേഷണൽ വേവ് ആസ്ട്രോണമി എന്ന പുതിയ ശാഖ കൂടുതൽ ശക്തിപ്രാപിക്കുകയാണ്. പ്രപഞ്ചത്തെക്കുറിച്ചുള്ള നമ്മുടെ

അറിവുകളെ ഏറെ മുന്നോട്ട് കൊണ്ടുപോകാൻ ഈ കണ്ടെത്തലുകൾക്ക് സാധിക്കുമെന്നതിൽ തർക്കമില്ല. അത് കൊണ്ട് തന്നെയാണ് ഈ കിലോനോവ ശാസ്ത്രലോകത്തെയാകെ പതിവിലേറെ ആവേശഭരിതമാക്കുന്നത്.

SO-2 തമോഗർത്തത്തെ കണ്ടുമുട്ടുമ്പോൾ

തമോഗർത്തങ്ങളുടെ സാന്നിധ്യത്തെയും അവയുടെ ഗുരുത്വാകർഷണം പ്രകാശത്തെ എങ്ങനെ സ്വാധീനിക്കുന്നു എന്നും പഠിക്കാനുള്ള അപൂർവ്വഅവസരത്തിനായി കാത്തിരിക്കുകയാണ് ബഹിരാകാശ ശാസ്ത്രജ്ഞർ. 2018 മധ്യത്തോടെ ഭൂമി ഉൾപ്പെടുന്ന ഗാലക്സിയായ ആകാശഗംഗയുടെ കേന്ദ്രഭാഗത്തുള്ള സാജിറ്റേറിയസ് എ സ്റ്റാർ (Sagittarius A*) എന്ന തമോഗർത്തത്തിന് സമീപത്തുകൂടെ SO-2 എന്ന നക്ഷത്രം കടന്നുപോകും. ഐൻസ്റ്റീന്റെ സാമാന്യആപേക്ഷിക സിദ്ധാന്തത്തെ ഒരിക്കൽക്കൂടി പരീക്ഷിച്ചുറപ്പിക്കാനുള്ള അവസരം കൂടിയാണ് ഇതിലൂടെ ശാസ്ത്രലോകത്തിന് ലഭിക്കുന്നത്.

നമ്മുടെ ഗാലക്സിയായ ആകാശഗംഗ ഒരു സർപ്പിള ഗാലക്സിയാണെന്നും ഇതിന്റെ മധ്യത്തിലായി സാജിറ്റേറിയസ് എ സ്റ്റാർ എന്ന ഭീമൻ തമോഗർത്തം സ്ഥിതിചെയ്യുന്നു എന്നുമാണ് കരുതപ്പെടുന്നത്. വീടിനകത്തിരുന്നു നോക്കുമ്പോൾ നമുക്കതിന്റെ പുറത്തുനിന്നുള്ള ത്രിമാനരൂപം കാണാൻ കഴിയില്ല എന്നത് പോലെ തന്നെയാണ് ഗാലക്സിയ്ക്കകത്തിരുന്നുകൊണ്ട് അതിന്റെ ആകൃതി സങ്കൽപ്പിക്കുന്നതും. എങ്കിലും, നിലവിലുള്ള പഠനങ്ങൾ ഈ പരികൽപ്പനയെ ശരിവെക്കുന്നുണ്ട്. ഗാലക്സിയുടെ നടുവിലുള്ള തമോഗർത്തത്തെ ചുറ്റുന്ന താരതമ്യേന പ്രായം കുറഞ്ഞ നക്ഷത്രങ്ങളുടെ കൂട്ടത്തെ കാണാം. സൂര്യനെപ്പോലെ, ജ്വലനത്തിന്റെ യൗവനകാലത്തുള്ള മെയിൻ സീക്വൻസ് നക്ഷത്രങ്ങളാണ് ഇവയും. ഇവയിൽ ചിലത് ഭ്രമണത്തിനിടെ തമോഗർത്തതിന് അടുത്തുകൂടി കടന്നുപോകുന്നുമുണ്ട്. ഇക്കൂട്ടത്തിൽ പെട്ട SO-2 നക്ഷത്രം പതിനാറുവർഷത്തിലൊരിക്കൽ

തമോഗർത്തത്തിന് ഏറ്റവും സമീപത്തുകൂടെ കടന്നുപോകും. തമോഗർത്തത്തിന്റെ അതിഭീമമായ ഗുരുത്വാകർഷണം മൂലം അതിനടുത്തുകൂടി കടന്നുപോകുമ്പോൾ നക്ഷത്രപ്രകാശത്തിന്റെ തരംഗദൈർഘ്യം കൂടുകയും അതിന് ചുവപ്പുനീക്കം (Red Shift) സംഭവിക്കുകയും ചെയ്യുമെന്നാണ് സാമാന്യആപേക്ഷിക സിദ്ധാന്തം പ്രവചിക്കുന്നത്. മാത്രമല്ല നക്ഷത്രത്തിന്റെ ഭ്രമണപഥത്തിൽ വ്യതിയാനമുണ്ടാവുകയും ചെയ്യും. ഈ മാറ്റങ്ങൾ അളന്ന് തമോഗർത്തത്തിന്റെ സാന്നിധ്യം ഉറപ്പുവരുത്താനും, ആപേക്ഷികസിദ്ധാന്തം ശരിയാണോയെന്ന് പരിശോധിക്കാനുമാകും.

തമോഗർത്തത്തിനു വളരെയടുത്ത് എങ്ങനെ ഇത്തരം നക്ഷത്രങ്ങൾ രൂപപ്പെട്ടു എന്നത് ബഹിരാകാശ ശാസ്ത്രജ്ഞരെ സംബന്ധിച്ചിടത്തോളം ഇന്നും ഉത്തരം കിട്ടാത്ത ചോദ്യമാണ്. മഹാവിസ്ഫോടനസമയത്ത് രൂപപ്പെട്ട ഉയർന്ന ഊഷ്മാവിലുള്ള വാതകപടലമായ നെബുല ക്രമേണ തണുത്ത് ഗുരുത്വാകർഷണ ബലം മൂലം കൂടിച്ചേർന്ന് നക്ഷത്രങ്ങൾ രൂപപ്പെടുന്നു എന്നതാണ് നക്ഷത്രങ്ങളുടെ പിറവിയെപ്പറ്റി നിലവിൽ അംഗീകരിക്കപ്പെട്ട സിദ്ധാന്തം. എന്നാൽ അതിതീവ്രമായ ഗുരുത്വാകർഷണ വലിവ് അനുഭവപ്പെടുന്ന തമോഗർത്തതിനടുത്ത് ഈ രീതിയിൽ നക്ഷത്രങ്ങൾ രൂപപ്പെടുക സാധ്യമല്ല. അതിനാൽ തന്നെ ഇവ മറ്റെവിടെയോ രൂപപ്പെട്ട് തമോഗർത്തത്തിനു അടുത്തേക്ക് നീങ്ങിയതാവാം എന്ന് ശാസ്ത്രജ്ഞർ കരുതുന്നു. നക്ഷത്രപരിണാമത്തെക്കുറിച്ച് വിലപ്പെട്ട വിവരങ്ങൾ നൽകാൻ കഴിയുമെന്നതിനാൽ ഈനക്ഷത്രങ്ങൾ നിരന്തരം നിരീക്ഷിക്കപ്പെടുന്നുണ്ട്.

1992 മുതൽ തന്നെ SO-2 നക്ഷത്രം നിരീക്ഷിക്കപ്പെടുന്നുണ്ട്. ഇത് സൂര്യനെക്കാൾ പതിനഞ്ച് മടങ്ങ് ഭാരമുള്ള ഒറ്റനക്ഷത്രമാണെന്ന് കണ്ടെത്തുക മാത്രമല്ല വിശദമായ പഠനത്തിലൂടെ ഇരട്ടനക്ഷത്രമല്ലെന്ന് ഉറപ്പിക്കുകയും ചെയ്തിട്ടുണ്ട്. എന്നാൽ പ്രകാശത്തിന്റെ ചുവപ്പുനീക്കം കൃത്യമായി അളക്കാനുള്ള സാങ്കേതികവിദ്യകൾ ഇന്നത്തെപ്പോലെ അന്ന് വികസിച്ചിരുന്നില്ല. ഈ നക്ഷത്രത്തിനു മേൽ തമോഗർത്തം ചെലുത്തുന്ന സ്വാധീനം ഇതുവരെ കൃത്യമായി പഠിക്കാനും കഴിഞ്ഞിട്ടില്ല. അത് കൊണ്ട് തന്നെയാണ് പ്രപഞ്ചത്തെക്കുറിച്ച് പുതിയ അറിവുകൾ നൽകാൻ കഴിഞ്ഞേക്കാവുന്ന ഈ സംഭവത്തിനായി ബഹിരാകാശശാസ്ത്രജ്ഞർ ആവേശത്തോടെ കാത്തിരിക്കുന്നത്.

മെയിൻ സീക്വൻസ് നക്ഷത്രങ്ങൾ

ജ്വലനത്തിന്റെ തുടക്കകാലത്ത് നിൽക്കുന്ന നക്ഷത്രങ്ങളാണ് മെയിൻ സീക്വൻസ് നക്ഷത്രങ്ങൾ. സൂര്യനൾപ്പടെ പ്രപഞ്ചത്തിൽ കാണപ്പെടുന്ന 90% നക്ഷത്രങ്ങളും ഈ വിഭാഗത്തിൽപ്പെടുന്നു. ഹൈഡ്രജൻ, ഹീലിയം, പൊടിപടലങ്ങൾ തുടങ്ങിവ ചേർന്നുണ്ടാകുന്ന വാതക നെബുല ഗുരുത്വാകർഷണം മൂലം സങ്കോചിച്ചാണ് നക്ഷത്രങ്ങൾ രൂപപ്പെടുന്നത്. ഗുരുത്വപതനം കാരണമുണ്ടാകുന്ന ഉയർന്ന ഊഷ്മാവിൽ ഹൈഡ്രജൻ ആറ്റങ്ങൾ കൂടിച്ചേർന്ന് ഹീലിയമായി മാറുന്ന ന്യൂക്ലിയർ ഫ്യൂഷൻ ആരംഭിക്കുന്നു. പിന്നീട് നക്ഷത്രത്തിൽ ഊർജ്ജം ഉത്പാദിപ്പിക്കപ്പെടുന്നത് ഈ പ്രക്രിയ വഴിയാണ്. ഇങ്ങനെ ഫ്യൂഷൻ ആരംഭിച്ചു കഴിഞ്ഞ, ഏറെക്കാലം അതെ അവസ്ഥയിൽ തുടരാനാവശ്യമായ ഇന്ധനം ബാക്കിയുള്ള നക്ഷത്രങ്ങളാണ് മെയിൻ സീക്വൻസ് നക്ഷത്രങ്ങൾ. അനേകം ബില്യൺ വർഷം കത്തിജ്വലിക്കാനാവശ്യമായ ഇന്ധനം ഇവയിൽ അവശേഷിച്ചിരിക്കും. ജ്വലനത്തിന് ആവശ്യമായ ഇന്ധനം അവസാനിക്കുമ്പോൾ ഭാരമനുസരിച്ച് അവ വെള്ളക്കുള്ളന്മാരോ, ന്യൂട്രോൺ നക്ഷത്രങ്ങളോ തമോഗർത്തങ്ങളോ ആയി മാറുന്നു.

ആകാശഗംഗക്ക് നടുവിൽ നിന്നൊരു അത്ഭുതവാർത്ത

ജ്യോതിശ്ശാസ്ത്രജ്ഞരെ സംബന്ധിച്ചിടത്തോളം പ്രഹേളികകളാണ് തമോഗർത്തങ്ങൾ. പ്രകാശത്തെ പോലും രക്ഷപ്പെടാനനുവദിക്കാത്ത അവയുടെ രഹസ്യങ്ങൾ നമുക്ക് ഇന്നും അജ്ഞാതമാണ്. അതുകൊണ്ട് തന്നെ തമോഗർത്തങ്ങളെ സംബന്ധിച്ച ഓരോ പുതിയ കണ്ടെത്തലും ശാസ്ത്രലോകത്തെ ഏറെ ആകർഷിക്കാറുമുണ്ട്. നമ്മുടെ ഗാലക്സിയായ ആകാശഗംഗയുടെ നടുവിലെ തമോഗർത്തത്തിൽ നിന്ന് പുറപ്പെട്ട ഇൻഫ്രാറെഡ് മിന്നലുകളാണ് ജ്യോതിശാസ്ത്രരംഗത്തെ പുതിയ കൌതുകം.

നമ്മുടെ ഗാലക്സിയായ ആകാശഗംഗ ഒരു സർപ്പിള ഗാലക്സിയാണെന്നും ഇതിന്റെ മധ്യത്തിലായി സാജിറ്റേറിയസ് എ സ്റ്റാർ (Sagittarius A*) എന്ന ഭീമൻ തമോഗർത്തം സ്ഥിതിചെയ്യുന്നു എന്നുമാണ് കരുതപ്പെടുന്നത്. വീട്ടിനകത്തിരുന്ന് വീടിന്റെ മുഴുവൻ രൂപം കാണാൻ കഴിയാത്തത് പോലെയാണ് ആകാശഗംഗയുടെ ആകൃതിയെപ്പറ്റിയുള്ള നമ്മുടെ നിരീക്ഷണങ്ങളും. എന്നാൽ ഇതുവരെയുള്ള തെളിവുകളെല്ലാം ഈ സിദ്ധാന്തത്തെ ശരിവെക്കുന്നതാണ്. നാൽപ്പത് ലക്ഷത്തോളം സൂര്യൻമാരുടെ ഭാരമുണ്ട് ഈ തമോഗർത്ത ഭീമന്. അതിഭീമമായ ഗുരുത്വാകർഷണബലം മൂലം തനിക്കടുത്തെത്തുന്ന എന്തിനേയും വിഴുങ്ങിക്കളയുന്ന ഇരുട്ടുമൂലകളാണ് തമോഗർത്തങ്ങൾ. വളരെയധികം ഭാരമേറിയ നക്ഷത്രങ്ങൾ കത്തിത്തീരുമ്പോൾ അവ സങ്കോചിച്ച് തമോഗർത്തങ്ങൾ ആയി മാറുന്നു. വളരെ കുറച്ച് സ്ഥലത്ത് വലിയ അളവിൽ പിണ്ഡം കേന്ദ്രീകരിക്കപ്പെടുന്നതിനാൽ ഇവക്ക് സാന്ദ്രത ഏറെക്കൂടുതലായിരിക്കുമെന്നാണ് കരുതപ്പെടുന്നത്.

അതിശക്തമായ ഗുരുത്വാകർഷണ വലിവ് മൂലം ഇവ സ്ഥലകാലങ്ങളെപ്പോലും വക്രീകരിക്കുന്നു. മാത്രമല്ല പ്രകാശമടക്കം ഒന്നിനേയും പുറത്ത് വിടാത്തത് കൊണ്ട് ഇവയെ നേരിട്ട് നിരീക്ഷിക്കാനുമാവില്ല. ഇവന്റ് ഹൊറൈസൺ എന്ന തമോഗർത്തത്തിന്റെ അതിരിനപ്പുറം കടക്കുന്ന വൈദ്യുതകാന്തിക തരംഗങ്ങൾ അടക്കം ഒന്നിനും തിരിച്ചുവരാൻ കഴിയില്ല. എന്നാൽ ഇവന്റ് ഹൊറൈസണിന് തൊട്ടടുത്ത് എത്തുന്ന വസ്തുക്കൾ തമോഗർത്തത്തിന്റെ സ്വാധീനം മൂലം ചില കിരണങ്ങൾ പുറത്തുവിടാറുണ്ട്. ഇവയുടെ നിരീക്ഷണം വഴിയാണ് തമോഗർത്തത്തെപ്പറ്റി പരിമിതമായ തോതിലെങ്കിലും പഠിക്കാൻ കഴിയുന്നത്. സാജിറ്റേറിയസ് എ സ്റ്റാറിന് സമീപം ചില നക്ഷത്രങ്ങളുണ്ട്. SO-2 ആണ് ഇതിൽ പ്രധാനപ്പെട്ടത്. ഈ നക്ഷത്രങ്ങളുടെ നിരീക്ഷണം വഴിയും തമോഗർത്തത്തിൽ ഉണ്ടാകുന്ന മാറ്റങ്ങൾ പഠിക്കാൻ ശ്രമിക്കുന്നുണ്ട്.

സാജിറ്റേറിയസ് എ സ്റ്റാർ കഴിഞ്ഞ ഇരുപത് വർഷത്തിലധികമായി തുടർച്ചയായി നിരീക്ഷിക്കപ്പെടുന്നുണ്ട്. നീൽ ഗെഹ്രൽസ് സ്വിഫ്റ്റ് ഒബ്സർവേറ്ററിയിലെ എക്സ്-റെ ടെലസ്കോപ്പുകൾ ഇതിനെ ദൈനംദിനം നിരീക്ഷിക്കുന്നു. ദുർബലമായ ഇൻഫ്രാറെഡ് പ്രകാശമല്ലാതെ കാര്യമായ വ്യത്യാസങ്ങളൊന്നും സാധാരണയായി കാണാറില്ല. അല്ലെങ്കിൽ തിളക്കമേറിയ ഒരു എക്സ്-റെ സ്രോതസ്സായി അത് എക്സ്-റെ ടെലസ്കോപ്പുകളിൽ കാണപ്പെടും. എന്നാൽ കെക്ക്- II (Keck-II) ടെലസ്കോപ്പിലെ ഇൻഫ്രാറെഡ് കാമറകൾ ഉപയോഗിച്ചുള്ള നാല് ദിവസത്തെ തുടർച്ചയായ നിരീക്ഷണത്തിനിടെ, മേയ് 13ന് ഈ തമോഗർത്തത്തിന് സമീപത്തുനിന്നുള്ള പ്രകാശതീവ്രത എഴുപത്തഞ്ച് മടങ്ങോളം കൂടിയതായി കണ്ടെത്തി. ഇത് ഏതാനും മണിക്കൂറുകൾ നീണ്ടുനിന്നു. യൂണിവേഴ്സിറ്റി ഓഫ് കാലിഫോർണിയയിലെ ഗവേഷകരാണ് ഇത് കണ്ടെത്തിയത്. കൂടാതെ ഏപ്രിൽ 20നും സമാനമായ മിന്നൽ ഉണ്ടായിരുന്നത്രേ. എന്താണ് അഗ്നിപർവതങ്ങളുടെ ഉണർന്നെണീക്കൽ പോലെ പെട്ടെന്നുള്ള ഈ മിന്നലിന്റെ കാരണം എന്ന അന്വേഷണത്തിലാണ് ഇവർ. രണ്ട് സാധ്യതകളാണ് മുന്നോട്ട് വെക്കപ്പെടുന്നത്. തമോഗർത്തത്തിന് വളരെ അടുത്ത് സ്ഥിതിചെയ്യുന്ന നക്ഷത്രങ്ങളിൽ ഒന്നായ SO-2 കഴിഞ്ഞ വർഷം തമോഗർത്തത്തിന് വളരെ അടുത്തുകൂടി കടന്നുപോയിരുന്നു. ഈ നക്ഷത്രത്തിൽ നിന്ന് വലിച്ചെടുക്കപ്പെട്ട വാതകങ്ങൾ തമോഗർത്തത്തിൽ പതിക്കുമ്പോഴുള്ള പ്രതിപ്രവർത്തനങ്ങൾ

മൂലമാകാം ഇതെന്നാണ് ഒരു നിഗമനം. സാജിറ്റേറിയസ് എ സ്റ്റാറിന് സമീപത്തുള്ള ഭൂമിയുടെ ഏതാണ്ട് മൂന്നുമടങ്ങ് വലിപ്പമുള്ള വാതകപടലമാണ് G2. ഇത് വെറും വാതകക്കൂട്ടമാണോ അതോ അതിനുള്ളിൽ ഏതെങ്കിലും നക്ഷത്രം ഒളിഞ്ഞിരിപ്പുണ്ടോ എന്ന് ശാസ്ത്രജ്ഞർക്ക് വ്യക്തതയില്ല. 2014 ൽ G2 തമോഗർത്തത്തിന് ഏറ്റവും അടുത്തെത്തുമെന്നും അതിലേക്ക് വലിച്ചെടുക്കപ്പെട്ട് ഇല്ലാതാകുമെന്നും പ്രവചിക്കപ്പെട്ടിരുന്നു. ഈ കണ്ടുമുട്ടൽ നിരീക്ഷിക്കാനായി ശാസ്ത്രജ്ഞരെല്ലാം കാത്തിരുന്നെങ്കിലും, കാര്യമായ വ്യത്യാസങ്ങൾ ഒന്നുംതന്നെ കണ്ടെത്താനായില്ല. അന്ന് തമോഗർത്തത്തിലേക്ക് ആകർഷിക്കപ്പെട്ട വാതകങ്ങൾ ഇവന്റ് ഹൊറൈസണിൽ എത്തിച്ചേരുന്നത് ഇപ്പോഴാവാം എന്നതാണ് മറ്റൊരു വിശദീകരണം. ഏതായാലും കൂടുതൽ പഠനങ്ങൾ ഇക്കാര്യത്തിൽ നടക്കേണ്ടതുണ്ട്.

ഇപ്പോഴുണ്ടായ ഈ ഊർജ്ജിത ഘട്ടം എത്ര കാലം നിലനിൽക്കും? ഏറെക്കാലം നിലനിൽക്കുമോ ? എന്താവാം അതിനു കാരണം എന്നതെല്ലാമാണ് ശാസ്ത്രജ്ഞരെ കുഴക്കുന്ന ചോദ്യങ്ങൾ. യൂറോപ്യൻ സതേൺ ഒബ്സർവേറ്ററിയിലെ ഒരു സംഘവും ഇതേ തമോഗർത്തത്തെ നിരീക്ഷിക്കുന്നുണ്ട്. ഇവർക്കും സമാനമായ സിഗ്നലുകൾ ലഭിച്ചോ എന്നും ഉറപ്പ് വരുത്തേണ്ടതുണ്ട്. തമോഗർത്തങ്ങളെ കുറിച്ച് നമുക്കറിയാവുന്ന വിവരങ്ങൾ വളരെ പരിമിതമാണ്. പുതിയ അറിവുകളിലേക്കുള്ള വാതിൽ തുറക്കുന്നതാവാം ഈ കണ്ടെത്തലും തുടർ പഠനങ്ങളും.

ചൊവ്വയിൽ വെള്ളമുണ്ട് !

ചൊവ്വയിൽ ജീവനുള്ള സാധ്യത തിരഞ്ഞുകൊണ്ടുള്ള അന്വേഷണങ്ങൾക്ക് വഴിത്തിരിവായി പുതിയൊരു കണ്ടെത്തൽ കൂടി. യൂറോപ്യൻ ബഹിരാകാശ ഏജൻസിയുടെ മാർസ് എക്സ്പ്രസ് ഓർബിറ്ററാണ് ചൊവ്വയിൽ ജലം ഖരരൂപത്തിൽ ഉറഞ്ഞുകിടക്കുന്ന വലിയ ഗർത്തത്തിന്റെ ചിത്രം ഭൂമിയിലെത്തിച്ചത്. ചൊവ്വയുടെ ഉത്തരധ്രുവ പ്രദേശത്തിന് അടുത്തുള്ള കൊറോലേവ് ഗർത്തത്തിലാണ് ഐസിന്റെ സാന്നിധ്യം കണ്ടെത്തിയത്. എൺപത്തി ഒന്നര കിലോമീറ്റർ വ്യാസവും രണ്ട് കിലോമീറ്ററി ലധികം ആഴവുമുള്ള ഭീമൻ ഗർത്തമാണിത്. ഇതിനുള്ളിലായി അറുപത് കിലോമീറ്ററോളം വ്യാസവും 1. 8 കിലോമീറ്ററോളം ആഴവുമുള്ള ഐസ് പാളിയാണ് കണ്ടെത്തിയത്. 2200 ക്യുബിക് കിലോമീറ്ററാണ് ഇതിന്റെ വ്യാപ്തം. ചൊവ്വയിൽ പൊതുവേ ജലത്തിന് നിലനിൽക്കാൻ പറ്റിയ അന്തരീക്ഷമല്ല ഉള്ളത്. വളരെ കുറഞ്ഞ അന്തരീക്ഷമർദ്ദം ജലത്തിന്റെ ബാഷ്പീകരണത്തിനും ഐസ് നേരിട്ട് വാതകരൂപത്തിലേക്ക് മാറുന്ന പ്രതിഭാസമായ ഉത്പത നത്തിനും കാരണമാകുന്നു (sublimation). എന്നാൽ ആഴം കൂടിയ ഗർത്തം ഒരു ശീതക്കെണിയായി പ്രവർത്തിക്കുന്നു. ചൊവ്വയിലെ കട്ടികുറഞ്ഞ വായു ഐസിന് മുകളിൽ തട്ടി തണുത്ത്, താണിറങ്ങി അതിന് മുകളിൽ ഒരു സംരക്ഷണ പാളി തീർക്കുന്നു. ഇത് ചൂടുള്ള അന്തരീക്ഷവുമായി സമ്പർക്കത്തിൽ വരുന്നത് തടഞ്ഞ് ഐസിനെ ഉരുകാതെ സൂക്ഷിക്കുന്നു. ഗർത്തത്തിന്റെ വായ്ഭാഗം ചുറ്റുപാടിൽ നിന്നും ഉയർന്നു നിൽക്കുന്നതുകൊണ്ടാണ് ഇത് സാധ്യമാകുന്നത്. ഉത്തരധ്രുവത്തിൽ തന്നെയുള്ള മുപ്പത്താറ് കിലോമീറ്റർ വ്യാസമുള്ള

ലൌത്ത് ഗർത്തത്തിലും സമാനമായ രീതിയിൽ ഐസുണ്ടാകാൻ സാധ്യതയുണ്ടെന്ന് ശാസ്ത്രജ്ഞർ കരുതുന്നു.

ഈ ഫെബ്രുവരി 25 ന് പതിനഞ്ച് വയസ്സ് പൂർത്തിയാക്കുന്ന ചൊവ്വാപര്യവേഷണ വാഹനമാണ് മാർസ് എക്സ്പ്രസ് ഓർബിറ്റർ. അതിന്റെ ഉയർന്ന ശേഷിയുള്ള സ്റ്റീരിയോ ഡി എസ് എൽ ആർ കാമറകൾ പകർത്തിയ അഞ്ച് ചിത്രങ്ങൾ തുന്നിച്ചേർത്താണ് ഗർത്തത്തിന്റെ ചിത്രം രൂപപ്പെടുത്തിയത്. രണ്ട് മീറ്റർ വരെ വലിപ്പമുള്ള വസ്തുക്കളെ പകർത്താൻ ഈ കാമറക്ക് സാധിക്കും.

കൊറോലേവും ചൊവ്വാഗർത്തവും

റഷ്യൻ ബഹിരാകാശശാസ്ത്രത്തിന്റെ പിതാവായ സെർജി കൊറോലേവിന്റെ പേരാണ് ഈ ഗർത്തത്തിന് നൽകിയിട്ടുള്ളത്. എഞ്ചിനീയറും ബഹിരാകാശ പേടകങ്ങൾ രൂപപ്പെടുത്തുന്നതിൽ വിദഗ്ധനുമായിരുന്നു അദ്ദേഹം. ആദ്യമായി ബഹിരാകാശത്തെത്തിയ സ്പട്നിക് പേടകത്തിന്റെയും യൂറി ഗഗാറിനെ ബഹിരാകാശത്തെത്തിച്ച വോസ്റ്റോക് പേടകങ്ങളുടേയും എല്ലാം പിന്നണിയിൽ കൊറോലേവ് ഉണ്ടായിരുന്നു. സോവിയറ്റ് യൂണിയന്റെ ഭൂഖണ്ഡാന്തര മിസൈൽ പദ്ധതിയിലും അദ്ദേഹം പ്രധാന പങ്ക് വഹിച്ചു. 1966ൽ കൊറോലേവിന്റെ അകാല നിര്യാണമാണത്രേ ചന്ദ്രനിലിറങ്ങാനുള്ള സോവിയറ്റ് സ്വപ്നങ്ങളുടെ ചിറകരിഞ്ഞത്. സോവിയറ്റ് റഷ്യയെ നിർണ്ണായക ബഹിരാകാശ ശക്തിയാക്കി മാറ്റാൻ സഹായിച്ച അദ്ദേഹത്തിന്റെ പേരിലാണ് ഈ ഗർത്തം അറിയപ്പെടുന്നത്.

ചൊവ്വയിൽ വെള്ളം തിരയുന്നതെന്തിന്?

പ്രകൃതി വിഭവചൂഷണവും മലിനീകരണവും ജനപ്പെരുപ്പവും ഭൂമിയെ വാസയോഗ്യമല്ലാതാക്കുന്ന കാലത്ത് കുടിയേറാനുള്ള മറുവീടായാണ് ശാസ്ത്രജ്ഞർ ചൊവ്വയെ കാണുന്നത്. നാസയുടെ ചൊവ്വാദൗത്യത്തിന്റെ മുദ്രാവാക്യം തന്നെ ജലത്തെ പിന്തുടരുക എന്നാണ്. ഭൂമിയിൽ എവിടെയെല്ലാം വെള്ളമുണ്ടോ അവിടെയെല്ലാം ജീവനും കാണപ്പെടുന്നു. അത് തണുത്തുറഞ്ഞ ഹിമാനികളിലായാലും തിളച്ചവെള്ളമുള്ള നീരുറവകളിലായാലും. ജലത്തിന്റെ സാന്നിധ്യം അതുകൊണ്ടുതന്നെ ജീവനുണ്ടാവാനുള്ള സാധ്യതയെ കാണിക്കുന്നു. ചൊവ്വയിലെ അന്തരീക്ഷവായു ശ്വസനയോഗ്യമല്ലെങ്കിൽ പോലും വെള്ളമുണ്ടെങ്കിൽ ജീവിക്കാനുള്ള അന്തരീക്ഷം ഒരുക്കിയെടുക്കാനാവും എന്ന പ്രതീക്ഷയാണ് വെള്ളത്തെ പിന്തുടരാൻ പ്രേരിപ്പിക്കുന്നത്.

നിരീക്ഷണ കാമറകളിൽ നിന്നുള്ള ചിത്രങ്ങൾ, സ്പെക്ട്രോസ്കോപ്പിക് പഠനങ്ങൾ, ഉപരിതലത്തിൽ സഞ്ചരിച്ച് പഠനം നടത്തുന്ന റോവറുകൾ നൽകുന്ന വിവരങ്ങൾ എന്നിവയെല്ലാം ഉപയോഗിച്ചാണ് ചൊവ്വയിലെ ജലത്തെ തിരയുന്നത്. പര്യവേഷണ വാഹനങ്ങളായ മാർസ് ഒഡീസി, മാർസ് എക്സ്പ്ലോറേഷൻ റോവറുകൾ, മാഴ്സ് റെകണൈസർ ഓർബിറ്റർ, ഫീനിക്സ്, ഓപ്പർച്യൂണിറ്റി, ക്യൂരിയോസിറ്റി എന്നിവയെല്ലാം ചൊവ്വയിലെ ജലത്തെ തിരയാൻ ശാസ്ത്രജ്ഞരെ സഹായിച്ചിട്ടുണ്ട്. പണ്ട് ജലമൊഴുകിയതിന്റെ അടയാളങ്ങളും ധ്രുവങ്ങളിലെ ഐസ് കവചവുമൊക്കെ കണ്ടുപിടിച്ചിട്ടുണ്ടെങ്കിലും ചൊവ്വയുടെ ഉപരിതലത്തിൽ ദ്രവരൂപത്തിലുള്ള ജലമുള്ളതിന് തെളിവൊന്നും ഇതുവരെ കണ്ടെത്തിയിട്ടില്ല. ചൊവ്വയുടെ ഉപരിതലത്തിന് തൊട്ടു താഴെയും വലിയ അളവിൽ ഐസ് നിക്ഷേപങ്ങളുണ്ടെന്നു കരുതപ്പെടുന്നു. ധ്രുവത്തിലെ മഞ്ഞുപാളികൾക്ക് അടിയിലായി ഒരു വൻ തടാകം സ്ഥിതിചെയ്യുന്നതായി ഇറ്റാലിയൻ ശാസ്ത്രജ്ഞർ റിപ്പോർട്ട് ചെയ്തിരുന്നു. ഏതാണ്ട് മുന്നൂറ്റെൺപത് കോടി വർഷങ്ങൾക്കുമുമ്പ് ചൊവ്വയിൽ സാന്ദ്രതകൂടിയ അന്തരീക്ഷവും, ദ്രാവകരൂപത്തിൽ വെള്ളവും എന്തിന് ഗ്രഹത്തിന്റെ മൂന്നിലൊന്ന് മൂടുന്ന സമുദ്രം തന്നെയും നിലനിന്നിരിക്കാം എന്ന് കരുതപ്പെടുന്നു. ചൊവ്വയിലെ ഗലേ ഗർത്തം ഒരുകാലത്ത് ശുദ്ധജല തടാകമായിരുന്നിരിക്കാം എന്ന് പര്യവേഷണ വാഹനമായ ക്യൂരിയോസിറ്റിയുടെ പഠനങ്ങൾ സൂചിപ്പിക്കുന്നുണ്ട്. അതുപോലെ വെള്ളമൊഴുകിയ വൻ ചാലുകൾ, ഡെൽറ്റകൾ, നദീതടങ്ങൾ എന്നിവയുടെയെല്ലാം സാന്നിധ്യം ഒരുകാലത്ത് ചൊവ്വ ജലസമൃദ്ധമായിരുന്നു എന്ന് സൂചിപ്പിക്കുന്നു. ചൊവ്വയിലെ മുമ്പുണ്ടായിരുന്ന ജലസ്രോതസുകൾ വറ്റിപ്പോയിട്ടുണ്ടെങ്കിൽ അതെന്തുകൊണ്ട് എന്ന ചോദ്യവും പ്രസക്തമാണ്. കാരണം അത് ഭൂമിയുടെ ഭാവിയെപ്പറ്റിയുള്ള സൂചന കൂടിയാവാം നൽകുന്നത്. ശ്വസനയോഗ്യമല്ലാത്ത അന്തരീക്ഷവായുവും, ഓസോൺ പാളിയുടേയും അയോണിക മണ്ഡലത്തിന്റെയും അഭാവം മൂലം സൂര്യനിൽ നിന്നുള്ള ഹാനികരമായ കിരണങ്ങൾ എത്തിച്ചേരുന്നതുമെല്ലാം ചൊവ്വയിൽ ജീവനുള്ള സാധ്യതയെ പരിമിതപ്പെടുത്തുന്നുണ്ട്. എങ്കിലും പ്രകൃതിയെ മെരുക്കാൻ ശ്രമിക്കുന്ന മനുഷ്യൻ നാളെ ചൊവ്വയെയും മെരുക്കിയെടുത്തേക്കാം, ജലത്തിന്റെ സാന്നിധ്യം ഒരു പക്ഷെ ഭാവിയിൽ അതിനുള്ള സാധ്യതകൾ തുറക്കുകയും ചെയ്തേക്കാം.

നോക്കിനിന്നാൽ പാത്രത്തിലെ വെള്ളം തിളക്കില്ല

സൈദ്ധാന്തിക ഭൗതികശാസ്ത്രത്തിൽ അടിസ്ഥാന പരമായ സംഭാവനകൾ നൽകി, ഒമ്പത് വട്ടം നോബൽ സമ്മാനത്തിനായി പരിഗണിക്കപ്പെട്ടശേഷം,പുരസ്കാരം നേടാതെ പോയ മറ്റൊരാൾ ശാസ്ത്രലോകത്ത് വേറെ ഉണ്ടാവാൻ വഴിയില്ല. മറ്റൊരു നോബലിനായി കാത്തുനിൽക്കാതെ ആ ശാസ്ത്രജ്ഞൻ യാത്രയായിരിക്കുന്നു. എൺപത്താറാം വയസ്സിൽ അന്തരിച്ചപ്പോഴാണ് ഇ സി ജി സുദർശൻ എന്ന ലോകപ്രശസ്തനായ മലയാളിശാസ്ത്രജ്ഞനെപ്പറ്റി പല മലയാളികളും മനസ്സിലാക്കിയത് എന്നതും സുഖകരമല്ലാത്ത യാഥാർത്ഥ്യം. കോട്ടയത്തെ പള്ളത്ത് ജനിച്ച്, അമേരിക്കയിലെ ഹാർവാഡ് അടക്കമുള്ള പ്രമുഖ സർവ്വക ലാശാലകളിൽ അധ്യാപകനും ഗവേഷകനുമായിരുന്ന ഇ സി ജി സുദർശന്റെ സംഭാവനകൾ പ്രപഞ്ചത്തിലെ അടിസ്ഥാനബലങ്ങ ളിൽ ഒന്നായ അശക്തബലത്തിന്റെ സൈദ്ധാന്തിക വിശദീകരണം മുതൽ ക്വാണ്ടം ഒപ്റ്റിക്സ് വരെ സൈദ്ധാന്തിക ഭൗതികത്തിന്റെ വിവിധമേഖലകളിൽ വ്യാപിച്ചുകിടക്കുന്നു.

പ്രപഞ്ചത്തിന്റെ നിലനിൽപ്പിനെ മനസ്സിലാക്കാനും വിശദീക രിക്കാനും ശ്രമിക്കുമ്പോൾ പരിഗണിക്കേണ്ടി വരിക നാല് അടി സ്ഥാനബലങ്ങളെയാണ്. 1666ൽ ഐസക് ന്യൂട്ടൻ ഗുരുത്വാകർഷ ണബലം കണ്ടെത്തി. പ്രപഞ്ചത്തിലെ വസ്തുക്കളെ തമ്മിൽ ചേർത്തു നിര്ത്തുന്നതെന്ത് എന്ന ചോദ്യത്തിനുള്ള യുക്തിസഹമായ ആദ്യ ഉത്തരമായിരുന്നു ന്യൂട്ടന്റെ സിദ്ധാന്തം. ഗുരുത്വബലത്തെക്കൂടാതെ

വൈദ്യുതകാന്തികബലവും, അറ്റോമിക ന്യൂക്ലിയസ്സിനുള്ളിലെ കണങ്ങൾക്കിടയിൽ പ്രവർത്തിക്കുന്ന സുശക്തബലവും, അശക്ത ബലവും ചേരുമ്പോൾ പ്രപഞ്ചത്തിലെ ഏത് വസ്തുവും തമ്മിലുള്ള ആകർഷണ, വികർഷണങ്ങളെ വിശദീകരിക്കാനാവും. ഇവയിൽ അശക്തബലത്തിന്റെ സ്വഭാവം സംബന്ധിച്ചുള്ള ഗണിതശാസ്ത്ര വിശ ദീകരണം ആദ്യമായി മുന്നോട്ട് വെക്കുന്നത് റോബർട്ട് മർഷാക്കും അദ്ദേഹത്തോടൊപ്പം ഗവേഷണവിദ്യാർത്ഥിയായിരുന്ന ഇ സി ജി സുദർശനും ചേർന്നാണ്. നാനോടെക്നോളജിയുടെ പിതാവായി ഇന്ന് അറിയപ്പെടുന്ന റിച്ചാഡ് ഫെയിന്മാനും, മുറേ ഗെൽമാനും ഇതിനെ V-A തിയറി എന്നപേരിൽ വികസിപ്പിക്കുകയും ഇവരുടെ പേരിൽ ഈ സിദ്ധാന്തം വ്യാപകമായി അറിയപ്പെടുകയും ചെയ്തു. ഈ മേഖലയിൽ നടത്തിയ തുടർപഠനങ്ങൾക്ക് ഷെൽഡൻ ഗ്ലാഷോ, അബ്ദുസ്സലാം, സ്റ്റീവൻ വെയിൻസ്ബർഗ്ഗ് എന്നിവർക്ക് 1979 ൽ നോബൽ ലഭിച്ചു. അടിത്തറ പണിതവരെ അവഗണിച്ച് ഒന്നാം നില പൂർത്തിയാക്കിയവർക്ക് പുരസ്കാരം നൽകിയ പോലെ എന്നാണി തിനെ സുദർശൻ വിശേഷിപ്പിച്ചത്.

ക്വാണ്ടം ഒപ്റ്റിക്സ് എന്ന അതിസൂക്ഷ്മതലത്തിലെ പ്രാകാശിക പ്രതിഭാസങ്ങളെപ്പറ്റി പഠിക്കുന്ന ശാസ്ത്രശാഖക്ക് തുടക്കമിട്ടവരിൽ ഒരാൾ കൂടിയായിരുന്നു സുദർശൻ. ലേസർ സാങ്കേതിക വിദ്യകൾ, ഭാവിയിലെ കമ്പ്യൂട്ടർ രംഗത്തെ വിപ്ലവമായി പ്രതീക്ഷിക്കപ്പെടുന്ന ക്വാണ്ടം കമ്പ്യൂട്ടിംഗ് എന്നിവക്കെല്ലാം ആധാരം ഈ ഭൗതികശാസ്ത്ര ശാഖയാണ്. മാക്സ്പ്ലാങ്ക് ക്വാണ്ടം തിയറി മുന്നോട്ട് വെച്ചതോടെ പ്രകാശമടക്കമുള്ള വൈദ്യുതകാന്തികതരംഗങ്ങളെക്കുറിച്ചുള്ള നിലവിലെ ധാരണകൾ ചോദ്യം ചെയ്യപ്പെട്ടു. പ്രകാശം തുടർച്ചയായ തരംഗരൂപത്തിൽ സഞ്ചരിക്കുന്നു എന്ന ക്ലാസിക്കൽ ഫിസിക്സിന്റെ ധാരണയാണ് പൊളിച്ചെഴുതപ്പെട്ടത്. നിശ്ചിത ഊർജ്ജമുള്ള പാക്ക റ്റുകൾ, (ഇവ ക്വാണ്ടം എന്നറിയപ്പെടുന്നു) ആയാണ് പ്രകാശം സഞ്ച രിക്കുന്നത് എന്ന് ഫോട്ടോഇലക്ട്രിക് പ്രഭാവം വിശദീകരിക്കവേ ഐൻസ്റ്റീൻ തെളിയിച്ചു. ഈ മേഖലയിലെ പഠനങ്ങൾ ഏറെയും ആറ്റങ്ങളിലേയും തന്മാത്രകളിലേയും ഊർജ്ജനിലകളുമായുള്ള പ്രകാശമടക്കമുള്ള വൈദ്യുതകാന്തിക കാന്തിക തരംഗങ്ങളുടെ പ്രതിപ്രവർത്തനത്തിലാണ് ഊന്നിയത്. എന്നാൽ ലേസറിന്റെ കണ്ടുപിടിത്തത്തോടെ സൂക്ഷ്മതലത്തിൽ പ്രകാശത്തിന്റെ സ്വഭാവം പഠിക്കാൻ നിലവിലുള്ള ക്ലാസിക്കൽ സമീപനം പോരാതെ വന്നു.

ഈ രംഗത്ത് ആദ്യത്തെ പ്രബന്ധം ഹാർവാർഡ് സർവകലാശാലയിലെ റോയ് ഗ്ലോബറിന്റേതായിരുന്നു. ഗ്ലോബറിന്റെ സിദ്ധാന്തത്തിന്റെ പരിമിതികൾ മറികടന്ന് ഒപ്റ്റിക്കൽ ഇക്വലൻസ് തിയറം എന്ന പുതിയ ഗണിത പ്രതിപാദന രീതി സുദർശൻ ആവിഷ്കരിച്ചു. ആദ്യം സുദർശന്റെ സിദ്ധാന്തത്തെ എതിർത്തെങ്കിലും P-റപ്രസന്റേഷൻ എന്ന പുതിയ പേരിട്ട് ഗ്ലോബർ തുടർവിശദീകരണങ്ങൾക്ക് ഉപയോഗിച്ചു. സുദർശൻ-ഗ്ലോബർ റപ്രസന്റേഷൻ എന്നാണ് ഇന്ന് അതറിയപ്പെടുന്നത്. ക്വാണ്ടം ഒപ്റ്റിക്സിലെ സംഭാവനകൾക്ക് റോയ് ഗ്ലോബർക്ക് 2005ലെ ഭൗതികശാസ്ത്ര നോബൽ ലഭിച്ചു. അടിത്തറ പണിതയാളുടെ പങ്ക് ഒരിക്കൽക്കൂടി അവഗണിക്കപ്പെടുകയും ചെയ്തു.

ഐൻസ്റ്റീൻ മുന്നോട്ട് വെച്ച വിശിഷ്ട ആപേക്ഷികതാസിദ്ധാന്തത്തിന് ഒരു എതിർസാധ്യത പ്രവചിച്ച ശാസ്ത്രജ്ഞൻകൂടിയാണ് ഇ സി ജി സുദർശൻ. പ്രകാശവേഗത്തോടടുക്കുമ്പോൾ വസ്തുക്കളുടെ പിണ്ഡം അനന്തമാകുന്നു എന്ന് പ്രവചിച്ചത് ഹെന്റിക്ക് എം ലോറൻസ് എന്ന ശാസ്ത്രജ്ഞനാണ്. അത് കൊണ്ട് പ്രപഞ്ചത്തിലെ വസ്തുക്കൾക്കൊന്നും ശൂന്യതയിൽ സെക്കൻഡിൽ 2,99,792 കിലോമീറ്റർ എന്ന പ്രകാശവേഗത മറികടക്കാൻ കഴിയില്ല എന്ന് വിശിഷ്ട ആപേക്ഷികതാസിദ്ധാന്തത്തിലൂടെ ഐൻസ്റ്റീൻ അഭിപ്രായപ്പെട്ടു. ഭൗതികശാസ്ത്രത്തിലെ ഒരു അടിസ്ഥാനസ്ഥിരാങ്കമായി പ്രകാശവേഗത പരിഗണിക്കപ്പെടുന്നു. ഇലക്ട്രോൺ, പ്രോട്ടോൺ, ന്യൂട്രോൺ തുടങ്ങിയ മൗലികകണങ്ങളോ പിണ്ഡമുള്ള മറ്റ് വസ്തുക്കളോ പ്രകാശവേഗതയേക്കാൾ കുറഞ്ഞവേഗത്തിൽ മാത്രം സഞ്ചരിക്കുന്നു. പ്രകാശവേഗതയിൽ നിരന്തരം സഞ്ചരിച്ചുകൊണ്ടിരിക്കുന്ന ന്യൂട്രിനോ, ഗാമ കിരണങ്ങൾ എന്നിവക്കും പ്രകാശവേഗതയെ മറികടക്കാനാവില്ല. എന്നാൽ പ്രകാശവേഗതയെ മറികടക്കുന്ന അയഥാർത്ഥ പിണ്ഡമുള്ള കണങ്ങൾ സാധ്യമായിക്കൂടെ എന്ന ആശയം ബിലാന്യൂക്, വി കെ ദേശ്പാണ്ഡെ എന്നിവരുമായിച്ചേർന്ന് സുദർശൻ അവതരിപ്പിച്ചു. മെറ്റാ പാർട്ടിക്കിൾസ് എന്നാണ് അവർ ഈ കണങ്ങൾക്ക് പേര് നൽകിയത്. ജെറാൾഡ് ഫീൻബർഗ് പിന്നീട് ഇവക്ക് ടാക്ക്യോൺ എന്ന് പേരുനൽകി. സാധാരണ കണങ്ങൾക്ക് വേഗത കൂടുമ്പോൾ പിണ്ഡം കൂടുന്നു. പ്രകാശവേഗതയിൽ അവ വേഗതയുടെ പരമാവധിയിലെത്തുന്നു, അപ്പോൾ പിണ്ഡം അനന്തമാകുന്നു. നേരെമറിച്ച് ടാക്ക്യോണുകളുടെ പിണ്ഡം വേഗതകുറയും തോറുമാണ് കൂടുന്നത്. പ്രകാശവേഗതയെത്തുമ്പോൾ ഇവയുടെ പിണ്ഡം അനന്തമാകുന്നു.

യഥാർത്ഥ പിണ്ഡമുള്ള വസ്തുക്കളുടെ ടാർഡ്യോൺ പ്രപഞ്ചത്തിനും അയഥാർത്ഥ പിണ്ഡമുള്ളവയുടെ ടാക്കിയോൺ പ്രപഞ്ചത്തിനുമിടയിലെ അതിർത്തിയായി പ്രകാശപ്രവേഗം നിലനിൽക്കുന്നു. ഇവിടേയും സുദർശന്റെ പ്രബന്ധം ആദ്യം തഴയപ്പെടുകയും ഫീൻബർഗിന്റേത് പ്രസിദ്ധീകരിക്കപ്പെടുകയുമാണ് ഉണ്ടായതത്രേ. ഏതായാലും ടാക്കിയോണുകൾ ഇത് വരെ കണ്ടെത്തപ്പെട്ടിട്ടില്ല. പക്ഷേ അയഥാർത്ഥ പിണ്ഡം എന്ന ആശയം ഭൗതികശാസ്ത്രത്തിലെ പലമേഖലകളിലും പ്രസക്തമാണ്.

അസ്ഥിരമായ ഒരു ക്വാണ്ടം വ്യവസ്ഥയെ നിരന്തരമായി നിരീക്ഷിച്ചുകൊണ്ടിരുന്നാൽ എന്ത് സംഭവിക്കും എന്ന് പ്രതിപാദിക്കുന്ന ക്വാണ്ടം സെനോ എഫക്റ്റ് സുദർശന്റെ മറ്റൊരു സംഭാവനയാണ്. അസ്ഥിരമായ ഒരു ക്വാണ്ടം വ്യൂഹത്തെ തുടർച്ചയായി നിരീക്ഷിച്ചാൽ, ആ വ്യൂഹം മാറ്റമില്ലാതെ തുടരുമെന്ന് സുദർശൻ, ബൈദ്യനാഥ് മിശ്രയ്ക്കൊപ്പം പ്രസിദ്ധീകരിച്ച പഠനത്തിലൂടെ അഭിപ്രായപ്പെട്ടു. നോക്കി നിന്നാൽ പാത്രത്തിലെ വെള്ളം തിളക്കില്ല എന്നാണ് ഇതിനെ അദ്ദേഹം തന്നെ വിശദീകരിച്ചത്. ക്വാണ്ടം കമ്പ്യൂട്ടിംഗ് പോലുള്ള മേഖലകളിൽ ഈ സിദ്ധാന്തത്തിന് വലിയ പ്രാധാന്യമുണ്ട്. സൈദ്ധാന്തിക ഭൗതികശാസ്ത്രത്തിന്റെ പലമേഖലകളിൽ പടർന്നുകിടക്കുന്ന സുദർശന്റെ സംഭാവനകൾ വേണ്ടവിധത്തിൽ വിലയിരുത്തുന്നതിൽ നോബൽ കമ്മിറ്റി പോലും പരാജയപ്പെട്ടതിനാലാവാം അദ്ദേഹത്തിന് പലവട്ടം നോബൽ നിഷേധിക്കപ്പെട്ടത്. ഡിറാക് മെഡൽ, ബോസ് മെഡൽ, സി വി രാമൻ അവാർഡ്, പദ്മവിഭൂഷൺ തുടങ്ങിയ ഒട്ടേറെ ബഹുമതികൾ അദ്ദേഹം നേടി. ഇന്ത്യൻ ഇൻസ്റ്റിറ്റ്യൂട്ട് ഓഫ് മാത്തമാറ്റിക്കൽ സയൻസസിന്റെ മേധാവി എന്ന നിലയിൽ സുദർശൻ നൽകിയ സംഭാവനകളും ഓർമ്മിക്കപ്പെടേണ്ടതുണ്ട്.

ഹോക്കിംഗ് മാഞ്ഞുപോകുമ്പോൾ

ജീവിച്ചിരിക്കുന്ന മഹാനായ ഒരു ശാസ്ത്രജ്ഞന്റെ പേരുപറയാൻ ആവശ്യപ്പെട്ടാൽ ശാസ്ത്രലോകവുമായി ബന്ധമില്ലാത്ത സാധാരണക്കാർ ഏറ്റവുമെളുപ്പം ഓർക്കുന്ന പേരായിരുന്നു സ്റ്റീഫൻ ഹോക്കിംഗിന്റേത്. ശാസ്ത്രലോകം കണ്ട എക്കാലത്തേയും വലിയ സെലിബ്രിറ്റി തന്നെയായിരുന്നു അദ്ദേഹം. താരതമ്യേന മനസ്സിലാക്കാൻ പ്രയാസമായ, ഗണിതപരികൽപ്പനകളെ അടിസ്ഥാനമാക്കിയ പ്രപഞ്ച വിജ്ഞാനീയത്തെ പൊതുസമൂഹത്തിന്റെ ചർച്ചയിലേക്ക് നിരന്തരം കൊണ്ടുവന്നതിൽ അദ്ദേഹത്തിന് വലിയ പങ്കുണ്ട്. ലോകത്ത് ഏറ്റവും കൂടുതൽ വായിക്കപ്പെട്ട പോപ്പുലർ സയൻസ് പുസ്തകമായിരുന്നു ഹോക്കിംഗ് രചിച്ച സമയത്തിന്റെ ലഘു ചരിത്രം (A brief history of time). ലോകമെമ്പാടും നാൽപ്പതിലേറെ ഭാഷകളിലായി ഒരു കോടിയിലധികം കോപ്പികൾ വിറ്റഴിക്കപ്പെട്ട ഈ പുസ്തകം പ്രപഞ്ചത്തിന്റെ ഉത്ഭവത്തെയും പരിണാമത്തെയും പറ്റി ശാസ്ത്രജ്ഞാനമില്ലാത്ത സാധാരണക്കാർക്ക് മനസ്സിലാവും വിധം വിശദീകരിക്കുന്നു. എന്നാൽ ഹോക്കിംഗിന്റെ ശാസ്ത്രരംഗത്തെ സംഭാവനകളെപ്പറ്റി കാര്യമായ അറിവ് പലർക്കും ഇല്ലെന്നതാണ് യാഥാർത്ഥ്യം.

സിംഗുലാരിറ്റി

സ്ഥലകാലങ്ങളുടെ നൈരന്തര്യത്തിലുണ്ടാകുന്ന വക്രതയാണ് ഗുരുത്വാകർഷണത്തിന് കാരണമാകുന്നത് എന്ന ആശയമാണ് സാമാന്യ ആപേക്ഷിക സിദ്ധാന്തത്തിലൂടെ ഐൻസ്റ്റീൻ മുന്നോട്ട് വെച്ചത്. വലിച്ചുകെട്ടിയ ഒരു ഇലാസ്തികമായ തുണിപ്പന്തലിൽ ഒരു പന്തോ, കല്ലോ ഉണ്ടാക്കുന്ന കുഴിവ് പോലെ ആകാശഗോളങ്ങളുടെ

ഭാരം കാരണം സ്ഥലകാലങ്ങളിൽ വക്രതയുണ്ടാകുന്നു എന്നും ഈ വക്രതയാണ് വസ്തുക്കൾക്കിടക്കുള്ള ഗുരുത്വാകർഷണബലമായി അനുഭവപ്പെടുന്നത് എന്നും സാമാന്യ ആപേക്ഷിക സിദ്ധാന്തം വിശദീകരിക്കുന്നു. ഐൻസ്റ്റീന്റെ സിദ്ധാന്ത പ്രകാരം സ്ഥലകാലങ്ങൾ അതിസങ്കീർണ്ണമായി വക്രീകരിക്കപ്പെട്ട മേഖലകളാണ് തമോഗർത്തങ്ങൾ. അതിതീവ്രമായ ഗുരുത്വാകർഷണബലം മൂലം ഇവയിൽ നിന്ന് പ്രകാശത്തിന് പോലും രക്ഷപ്പെടാൻ സാധ്യമല്ല. തമോഗർത്തങ്ങൾക്കുള്ളിലെ ഉയർന്ന സാന്ദ്രത കാരണം വളരെ വലിയ അളവ് ദ്രവ്യം ഒരു ചെറിയ സ്ഥലത്ത് കേന്ദ്രീകരിക്കപ്പെടുന്നത് സാധാരണ ഭൗതികശാസ്ത്ര നിയമങ്ങൾ കൊണ്ട് വിശദീകരിക്കാനാവാത്ത സിംഗുലാരിറ്റി എന്ന അവസ്ഥയിലേക്ക് നയിക്കുന്നു എന്ന ആശയം റോജർ പെൻ റോസ് എന്ന ശാസ്ത്രജ്ഞൻ മുന്നോട്ട് വെച്ചിരുന്നു. ഹോക്കിംഗ് ഈ ആശയത്തെ പ്രപഞ്ചോത്പത്തിയുമായി ബന്ധപ്പെടുത്തുകയും, പ്രപഞ്ചം ഉത്ഭവിച്ചത് ഇത്തരമൊരു സിംഗുലാരിറ്റിയിൽ നിന്നാണെന്ന് തന്റെ പി എച്ച് ഡി പ്രബന്ധത്തിൽ വിശദീകരിക്കുകയും ചെയ്തു. പ്രപഞ്ചത്തിലെ ദ്രവ്യം മുഴുവൻ ഒറ്റ ബിന്ദുവിൽ കേന്ദ്രീകരിക്കപ്പെട്ട, താപനില അനന്തമായിരിക്കുന്ന ഒരവസ്ഥയിൽ നിന്നാണ് മഹാവിസ്ഫോടനത്തിലൂടെ പ്രപഞ്ചം രൂപപ്പെട്ടത് എന്ന് അദ്ദേഹത്തിന്റെ സിദ്ധാന്തം പറയുന്നു. സാമാന്യആപേക്ഷിക സിദ്ധാന്തം ഉപയോഗിച്ച് ഈ പരികൽപ്പന വിശദീകരിക്കാനാവും.

തമോഗർത്തങ്ങളും ഹോക്കിംഗ് വികിരണവും

ഹോക്കിങ്ങിന്റെ പ്രധാനപ്പെട്ട പഠന മേഖലയായിരുന്നു തമോഗർത്തങ്ങൾ. തന്റെ കരിയറിന്റെ തുടക്കകാലത്ത് തന്നെ തമോഗർത്തങ്ങൾ ഒരിക്കലും ചുരുങ്ങുന്നില്ലെന്നും, തമോഗർത്തത്തിന്റെ ആകർഷണബലത്തിലേക്ക് വസ്തുക്കൾ വീണുപോകുന്നതിന്റെ അതിര് (Event horizon) എപ്പോഴും വികസിച്ചുകൊണ്ടിരിക്കുമെന്നും ഹോക്കിംഗ് വിശദീകരിച്ചു. അതായത് സമയത്തിനൊപ്പം തമോഗർത്തത്തിന്റെ വലിപ്പവും കൂടിക്കൊണ്ടിരിക്കും എന്നർത്ഥം. തമോഗർത്ത ബലതന്ത്രത്തിലെ രണ്ടാം നിയമം എന്നാണ് ഇത് അറിയപ്പെടുന്നത്. ജെയിംസ് ബാർഡീൻ, ബ്രണ്ടൻ കാർട്ടർ എന്നിവരുമായി ചേർന്ന് അദ്ദേഹം തമോഗർത്ത ബലതന്ത്രത്തിന്റെ നാല് നിയമങ്ങൾ ആവിഷ്കരിച്ചു. എന്നാൽ പിന്നീട് ജേക്കബ് ബെക്കൻസ്റ്റീൻ തമോഗർത്തങ്ങൾ ചുരുങ്ങാമെന്ന ആശയം മുന്നോട്ട് വെച്ചു. ഹോക്കിംഗിന്റെ രണ്ടാം നിയമത്തെ ഇത് വെല്ലുവിളിച്ചു. കൂടുതൽ പഠനങ്ങൾ നടത്തിയ

ഹോക്കിംഗിന് തന്റെ മുൻ നിഗമനം തെറ്റാണെന്ന് ബോധ്യപ്പെട്ടു. തമോഗർത്തം മുമ്പ് കരുതിയിരുന്നപോലെ അത്ര ഇരുട്ട് നിറഞ്ഞതല്ലെന്നും തമോഗർത്തത്തിന്റെ അതിരിൽ വെച്ച് കണങ്ങളും പ്രതികണങ്ങളും വേർപിരിഞ്ഞ് ഒരു കണം മാത്രം തമോഗർത്തത്തിനുള്ളിലേക്ക് വീണുപോകാമെന്നും, അകത്തേക്ക് പോകുന്ന കണത്തിന്റെ നെഗറ്റീവ് എനർജി മൂലം തമോഗർത്തത്തിൽ നിന്ന് ഊർജ്ജം നഷ്ടപ്പെട്ട് അത് ചുരുങ്ങാമെന്നും ഹോക്കിംഗ് അഭിപ്രായപ്പെട്ടു. ഇതിന്റെ ഫലമായി പുറത്തുവരുന്ന വികിരണങ്ങളാണ് ഹോക്കിംഗ് വികിരണങ്ങൾ എന്നറിയപ്പെടുന്നത്. അങ്ങനെ തമോഗർത്തം ബാഷ്പീകരിക്കപ്പെട്ടോ, ഗാമകിരണങ്ങളുടെ വിസ്ഫോടനം വഴിയോ ഇല്ലാതാകുന്നു. തമോഗർത്തത്തിനുള്ളിലേക്ക് വീണുപോകുന്ന വസ്തുക്കൾ എന്നെന്നേക്കുമായി നഷ്ടപ്പെടുമോ എന്ന ചർച്ചയിലേക്ക് ഇത് ശാസ്ത്രലോകത്തെ നയിച്ചു. ഹോക്കിംഗിന്റെ സിദ്ധാന്തപ്രകാരം എല്ലാ തമോഗർത്തങ്ങളിൽ നിന്നും പുറത്തുവരുന്ന വികിരണങ്ങൾ സമാന സ്വഭാവമുള്ളതും, അവയുടെ ഭാരം, ഭ്രമണ വേഗത തുടങ്ങിയവയെ മാത്രം ആശ്രയിച്ചിരിക്കുന്നതുമാണ്. ഇത് പദാർഥങ്ങളുടെ സ്വഭാവം സംബന്ധിച്ചുള്ള ക്വാണ്ടം ബലതന്ത്രത്തിലെ പരികൽപ്പനകൾക്ക് വിരുദ്ധമാണ്. ഈ പ്രശ്നത്തെ മറികടക്കാൻ വിവിധ സിദ്ധാന്തങ്ങൾ അവതരിപ്പിക്കപ്പെട്ടിട്ടുണ്ടെങ്കിലും ആധികാരികമായ വിശദീകരണം ഇപ്പോഴും സാധ്യമായിട്ടില്ല.

ക്വാണ്ടം ഗ്രാവിറ്റിയും തിയറി ഓഫ് എവരിതിംഗും

ആകാശഗോളങ്ങളടക്കമുള്ള വലിയ വസ്തുക്കളുടെ സ്വഭാവത്തേയും ചലനത്തേയും പ്രവചിക്കാൻ ഐൻസ്റ്റീന്റെ സാമാന്യ ആപേക്ഷിക സിദ്ധാന്തത്തിന് സാധ്യമാകുന്നുണ്ട്. സബ് അറ്റോമിക കണങ്ങളുൾപ്പടെയുള്ള ചെറിയവസ്തുക്കളുടെ സ്വഭാവം വിശദീകരിക്കാൻ ക്വാണ്ടം ബലതന്ത്രം സഹായിക്കുന്നു. ഇവ രണ്ടും സംയോജിപ്പിച്ചുകൊണ്ടുള്ള ക്വാണ്ടം ഗ്രാവിറ്റി എന്ന ആശയത്തിന്റെ സാധ്യതയെക്കുറിച്ച് ഹോക്കിൻസിന്റെ സിദ്ധാന്തം പ്രതീക്ഷ നൽകുന്നുണ്ട്. തമോഗർത്ത വികിരണങ്ങളുടെ സിദ്ധാന്തം രൂപീകരിക്കുന്നതിൽ ഈ രണ്ടു തത്വങ്ങളേയും വിജയകരമായി ഉപയോഗിക്കുന്നുണ്ട്. ഗുരുത്വബലം, വിദ്യുത്കാന്തിക ബലം, സുശക്ത ന്യൂക്ലിയാർ ബലം, അശക്ത ന്യൂക്ലിയാർ ബലം എന്നിവയെ സംയോജിപ്പിച്ച് പ്രപഞ്ചത്തെ മൊത്തം വിശദീകരിക്കാൻ കഴിവുള്ള ഒരു സിദ്ധാന്തത്തിനായുള്ള അന്വേഷണങ്ങൾ ദശകങ്ങളായി ശാസ്ത്രലോകത്ത് സജീവമാണ്.

നിലവിൽ ഇവയോരോന്നും വെവ്വേറെയാണ് പ്രാപഞ്ചിക പ്രതിഭാസങ്ങളെ വിശദീകരിക്കാൻ ഉപയോഗിക്കുന്നത്. ഭാവിയിൽ ഇവയുടെ സംയോജനം വഴി ഒറ്റ സമവാക്യത്താൽ പ്രപഞ്ചത്തെ വിശദീകരിക്കാൻ കഴിയും എന്നുള്ള പ്രതീക്ഷ സജീവമായി നിർത്താനും ഹോക്കിംഗിന് കഴിഞ്ഞു.

ഹോക്കിംഗിന്റെ പരികൽപ്പനകൾ പരീക്ഷണങ്ങൾ വഴി അളക്കാനും തെളിയിക്കാനും ഇതുവരെ കഴിയാത്തത് കൊണ്ടാണ് അദ്ദേഹത്തിന് നോബൽ സമ്മാനം ലഭിക്കാതെ പോയത്. വുൾഫ് മെഡൽ, ആൽബർട്ട് ഐൻസ്റ്റീൻ പ്രൈസ്, ഡിറാക്ക് മെഡൽ, മാക്സ്‌വെൽ മെഡൽ തുടങ്ങി പ്രധാനപ്പെട്ട ഒട്ടേറെ പുരസ്കാരങ്ങൾ ഹോക്കിംഗ് നേടിയിട്ടുണ്ട്. ശാസ്ത്രരംഗത്തെ സംഭാവനകൾക്ക് പുറമേ പരിസ്ഥിതി, ആരോഗ്യം, ആണവായുധങ്ങൾ തുടങ്ങിയ നിരവധി വിഷയങ്ങളിൽ ഹോക്കിംഗ് പൊതുജനതാല്പര്യത്തിന്റെ പക്ഷത്താണ് നിന്നത്. ഈ വിഷയങ്ങളിൽ വ്യാപക ശ്രദ്ധ കേന്ദ്രീകരിക്കുന്നതിൽ അദ്ദേഹത്തിന്റെ സെലിബ്രിറ്റി സ്റ്റാറ്റസ് സഹായിച്ചിട്ടുമുണ്ട്. ആരോഗ്യരംഗം സ്വകാര്യവത്കരിക്കുന്നതിന്റെ അപകടങ്ങളെപ്പറ്റി അദ്ദേഹം സംസാരിച്ചുകൊണ്ടിരുന്നു. എല്ലാവർക്കും സൗജന്യചികിത്സ നൽകുന്ന ആരോഗ്യനയം സ്റ്റേറ്റിന്റെ ബാധ്യതയാണെന്ന് ഹോക്കിംഗ് വിശ്വസിച്ചു. രോഗചികിത്സയിൽ മൂലകോശങ്ങളുടെ സാധ്യത മനസ്സിലാക്കിയ അദ്ദേഹം സ്റ്റെംസെൽ ഗവേഷണങ്ങളെ പിന്തുണച്ചിരുന്നു. ആഗോളതാപനം തടയാനുള്ള നടപടികളുടെ ആവശ്യത്തെപ്പറ്റി അദ്ദേഹം നിരന്തരം സംസാരിക്കുകയും പാരീസ് ഉടമ്പടിയിൽ നിന്ന് പിന്മാറാനുള്ള ട്രംപിന്റെ തീരുമാനത്തെ വിമർശിക്കുകയും ചെയ്തു. വിയറ്റ്നാം യുദ്ധം, ഇറാക്ക് അധിനിവേശം, ഇസ്രയേൽ-പലസ്തീൻ പ്രശ്നം തുടങ്ങിയവയിലെല്ലാം ഹോക്കിംഗ് സാമ്രാജ്യത്വവിരുദ്ധ നിലപാടുകളാണ് സ്വീകരിച്ചത്. പ്രപഞ്ചരഹസ്യത്തിലേക്കുള്ള ജോർജ്ജിന്റെ താക്കോൽ, പ്രപഞ്ചത്തിന്റെ സംക്ഷിപ്ത വ്യാഖ്യാനം, ദൈവം സംഖ്യകളെ സൃഷ്ടിച്ചു തുടങ്ങിയ പോപ്പുലർ സയൻസ് പുസ്തകങ്ങളിലൂടെ ശാസ്ത്രത്തെ സാധാരണക്കാരിലെത്തിച്ചു. ഇരുപത്തൊന്നാം വയസ്സിൽ ബാധിച്ച രോഗത്തോട് മല്ലിട്ട് ജീവിക്കുമ്പോഴും നർമ്മബോധവും ജീവിതാസക്തിയും സാഹസികതയും നിലനിർത്തിയതും അദ്ദേഹത്തെ വ്യത്യസ്തനാക്കുന്നു. മുഖപേശികൾ മാത്രം ചലിക്കാവുന്ന അവസ്ഥയിലായിട്ടും ജീവൻ നിലനിർത്താനും, കവിളിലെ പേശികളുടെ ചലനത്തെ

വാക്കുകളായി പരിവർത്തനം ചെയ്ത് ലോകത്തോട് സംസാരിക്കാനും ഹോക്കിംഗിനെ സഹായിച്ചത് ശാസ്ത്ര-സാങ്കേതിക വിദ്യകളുടെ വികാസമാണെന്നും എപ്പോഴും ഓർക്കേണ്ടതുണ്ട്. മരണത്തിന്റെ തമോഗർത്തത്തിലേക്ക് ഹോക്കിംഗ് മാഞ്ഞുപോകുമ്പോൾ സമാനതകളില്ലാത്ത ജീവിതത്തിനാണ് അന്ത്യമാകുന്നത് എങ്കിലും ശാസ്ത്രത്തിന്റെ ചരിത്രത്തോടൊപ്പം ഹോക്കിംഗും എന്നും ഓർമ്മിക്കപ്പെടും.

ശാസ്ത്രത്തിന് ഒരു ദിനം

മനുഷ്യന്റെ ജീവിത സാഹചര്യങ്ങളെ വേട്ടയാടി ഗുഹകളിൽ കഴിഞ്ഞ കാലത്തുനിന്ന് ഇന്ന് കാണും വിധത്തിൽ വിസ്മയകരമായി പരിവർത്തിപ്പിച്ചതിൽ പ്രധാനപങ്ക് വഹിച്ചത് ശാസ്ത്രരംഗത്തുണ്ടായ മുന്നേറ്റങ്ങളാണ്. സൗരയൂഥത്തിന്റെ വിദൂരതകളിലെക്ക് പേടകമെത്തിക്കാനും, തന്മാത്രാതലത്തോളം സൂക്ഷ്മക്കാഴ്ച്ചയെ വികസിപ്പിക്കാനും ആധുനികവൈദ്യശാസ്ത്രത്തിലൂടെ പ്രതിവർഷം കോടിക്കണക്കിന് ജീവൻ രക്ഷിക്കാനും അകലത്തിരിക്കുന്ന പ്രിയപ്പെട്ടവരെ സ്വന്തം കൈത്തലത്തിൽ കാണിച്ചുതരാനും സഹായിച്ചത് ശാസ്ത്രരംഗത്ത് ഉണ്ടായ മുന്നേറ്റങ്ങൾ തന്നെ. നമ്മുടെ ജീവിതത്തിന്റെ അതിരുകളെ വിശാലമാക്കുന്നതിൽ ശാസ്ത്രത്തിന്റെ പങ്ക് കണക്കിലെടുത്താണ് എല്ലാ വർഷവും ഫെബ്രുവരി 28 ദേശീയ ശാസ്ത്രദിനമായി ആചരിക്കുന്നത്. ശാസ്ത്രരംഗത്തെ ഇന്ത്യയുടെ ആദ്യ നോബൽ ജേതാവായ സർ സി. വി രാമൻ അദ്ദേഹത്തിന് നോബൽ നേടിക്കൊടുത്ത രാമൻപ്രഭാവം കണ്ടെത്തിയത് 1928 ഫെബ്രുവരി 28നായിരുന്നു. 1930 ലാണ് അദ്ദേഹത്തിന് ഭൗതികശാസ്ത്രനോബൽ ലഭിക്കുന്നത്. ഈ കണ്ടുപിടിത്തത്തിന്റെ ഓർമ്മപുതുക്കാനാണ് എല്ലാ വർഷവും ഈ ദിവസം ശാസ്ത്രദിനമായി ആചരിക്കുന്നത്.

മനുഷ്യജീവിതത്തിന്റെ സമഗ്രമേഖലകളേയും വിപ്ലവകരമായ രീതിയിൽ മാറ്റിമറിക്കാൻ ശാസ്ത്രത്തിന് കഴിഞ്ഞിട്ടുണ്ട്. ചൊവ്വയിൽ ജലസാന്നിധ്യം കണ്ടെത്താനും, പ്ലൂട്ടോക്കുമപ്പുറം സൗരയൂഥരഹസ്യങ്ങൾ തേടി സഞ്ചരിക്കാനും നമുക്ക് കഴിഞ്ഞിരിക്കുന്നു. പ്രാകാശിക ഭൗതികശാസ്ത്രത്തിലും വിവരസാങ്കേതികവിദ്യയിലുമുണ്ടായ വളർച്ച അതിവേഗ വിവരക്കൈമാറ്റം സാധ്യമാക്കിക്കഴിഞ്ഞിട്ടുണ്ട്.

റോബോട്ടിക്സിലും നിർമ്മിതബുദ്ധിയിലും നടക്കുന്ന ഗവേഷണങ്ങൾ ഭാവിയിൽ സ്വയം തീരുമാനങ്ങളെടുക്കാൻ പ്രാപ്തരായ റോബോട്ടുകൾക്ക് രൂപം നൽകും. ബഹിരാകാശ യാത്രകളടക്കം മനുഷ്യന് എത്താൻ കഴിയാത്തിടങ്ങളിൽ കടന്നുചെല്ലാൻ ഇത്തരം റോബോട്ടുകളുടെ സഹായം തേടാൻ കഴിയുമെന്നും പ്രതീക്ഷിക്കുന്നു. തന്മാത്രാതലത്തിലുള്ള യന്ത്രങ്ങളെ കൂടുതൽ മെച്ചപ്പെടുത്തി സൂക്ഷ്മശസ്ത്രക്രിയകളടക്കം വിവിധ ആവശ്യങ്ങൾക്ക് ഉപയോഗിക്കാൻ കഴിയുമെന്ന് പ്രതീക്ഷിക്കപ്പെടുന്നു. ഒരുപാട് മുന്നേറ്റങ്ങൾക്കുള്ള സാധ്യതകൾ തന്മാത്രായന്ത്രങ്ങളടക്കം നാനോടെക്നോളജി രംഗത്ത് നിലനിൽക്കുന്നുണ്ട്. മനുഷ്യന്റെ ജനിതക ഘടനയുടെ രഹസ്യങ്ങൾ ഏറെക്കുറെ കുരുക്കഴിച്ചെടുക്കാൻ കഴിഞ്ഞിട്ടുണ്ട്. ക്രിസ്പർ സാങ്കേതിക വിദ്യ ജീൻ എഡിറ്റിംഗ് എളുപ്പമാക്കിത്തീർത്തിരിക്കുന്നു. കൃത്രിമ ഡി എൻ എയും, കൃത്രിമ എൻസൈമുകളും ആന്റിബോഡികളും അർദ്ധകൃത്രിമ ബാക്ടീരിയയുമടക്കം ജൈവസാങ്കേതികവിദ്യ ഏറെ മുന്നേറിക്കഴിഞ്ഞു. കാൻസർ ചികിത്സാരംഗത്ത് നടക്കുന്ന ഗവേഷണങ്ങൾ ഭാവിയിൽ കാൻസർ മരണങ്ങൾ വിരളമാക്കും എന്നുറപ്പാണ്. വിർച്വൽ റിയാലിറ്റിയുടെ മാന്ത്രികത മൊബൈൽ ഗെയിമുകളിലൂടെ സാധാരണക്കാരിലേക്ക് വരെ എത്തിക്കഴിഞ്ഞു. ഉയർന്ന ഉത്പാദനശേഷിയുള്ള വിത്തിനങ്ങളും, രാസവളങ്ങളും പുതിയതരം കീടനിയന്ത്രണ സംവിധാനങ്ങളും, ഡ്രോണുകളുമടക്കം ഉപയോഗിച്ചുള്ള കൃഷിരീതികൾ ഭക്ഷ്യസുരക്ഷ ഉറപ്പുവരുത്താൻ സഹായിക്കുന്നു. വസ്ത്രങ്ങളും പാർപ്പിടവും വീട്ടുപകരണങ്ങളുമടക്കം നാമുപയോഗിക്കുന്ന എല്ലാറ്റിലും തന്നെ ശാസ്ത്രത്തിന്റെ വിരൽപ്പാടുകൾ പതിഞ്ഞിരിക്കുന്നു. ശാസ്ത്രനേട്ടങ്ങൾ ജനജീവിതത്തെ എങ്ങനെയെല്ലാം മെച്ചപ്പെടുത്തി എന്ന ഓർമ്മപ്പെടുത്തൽ കൂടിയാവണം ശാസ്ത്ര ദിനം.

ശാസ്ത്രാവബോധം (scientific temper) എന്ന പദം ലോകത്തിന് സംഭാവന ചെയ്തത് ഇന്ത്യൻ പ്രധാനമന്ത്രിയായ ജവഹർലാൽ നെഹ്രുവാണ്. എന്നാൽ ഇന്ത്യൻ ശാസ്ത്രരംഗം ഗുരുതരമായ പ്രതിസന്ധിയിലൂടെ കടന്നുപോകുന്ന ഘട്ടമാണിത്. കപട ദേശീയ ബോധത്തെ ഊതിക്കത്തിക്കും വിധം ഇന്ത്യൻ ശാസ്ത്രപാരമ്പര്യത്തെപ്പറ്റിയുള്ള കെട്ടുകഥകൾ നിരന്തരം നിർമ്മിക്കപ്പെടുന്നു. ദേശീയ ശാസ്ത്രകോൺഗ്രസ് അടക്കമുള്ള വേദികൾ കപടശാസ്ത്രവാദങ്ങൾക്കായി ദുരുപയോഗം ചെയ്യപ്പെടുന്നു. ഗവേഷണഫണ്ടുകൾ കപടശാസ്ത്രത്തിനായി വഴിതിരിച്ചുവിടുന്നത് ഇന്ത്യൻ ശാസ്ത്രരംഗത്തെ

പതിറ്റാണ്ടുകൾ പിന്നോട്ട് നടത്താനേ സഹായിക്കൂ. ഇതിന് സമാന്തരമായി അഭ്യസ്തവിദ്യർക്കിടയിൽ പോലും വർധിച്ചുവരുന്ന അന്ധവിശ്വാസവും കപട ചികിത്സാരീതികളും വാക്സിൻ വിരുദ്ധതയുമെല്ലാം അനേകം ജീവനുകൾ നഷ്ടപ്പെടാൻ ഇടയാക്കുന്നുണ്ട്. ശാസ്ത്രബോധം വളർത്തുക ഒരിന്ത്യൻ പൌരന്റെ മൌലികമായ ഉത്തരവാദിത്വമായി ഭരണഘടനാപരമായിത്തന്നെ നിഷ്കർഷിക്കപ്പെട്ടിട്ടുണ്ട്. ശാസ്ത്രത്തിന്റെ സാമൂഹികമൂല്യത്തെ തിരിച്ചറിയുന്നതിനൊപ്പം ശാസ്ത്രബോധം വളർത്തിയെടുക്കേണ്ട കടമ ഓരോ പൌരനുമുണ്ട് എന്നാണ് ഈ വർഷത്തെ ശാസ്ത്രദിന മുദ്രാവാക്യം ഓർമ്മിപ്പിക്കുന്നത്.

ലേസർ ചവണയ്ക്ക് ഭൗതികശാസ്ത്ര നോബൽ

പ്രകാശം ഉപയോഗിച്ച് വസ്തുക്കളെ തള്ളിമാറ്റാനും നിരക്കി നീക്കാനും കഴിയുക എന്നത് ഒരു കാലത്ത് വിചിത്രമായ ശാസ്ത്രഭാവന മാത്രമായിരുന്നു. കൽപ്പിതകഥകളിൽ മാത്രം ഒതുങ്ങിയ ആ സാധ്യതയെ യാഥാർത്ഥ്യമാക്കിയ അമേരിക്കയിലെ ബെൽ ലബോറട്ടറിയിൽ ശാസ്ത്രജ്ഞനായ ആർതർ ആഷ്കിനും അതിതീവ്രമായ ലേസർ പ്രകാശ ധാരകൾ നിർമ്മിക്കാനുള്ള സാങ്കേതിക വിദ്യ രൂപപ്പെടുത്തിയ ഫ്രഞ്ച് ശാസ്ത്രജ്ഞനായ ജെറാർഡ് മൂറോ, കാനഡയിലെ വാട്ടർലൂ സർവകലാശാലയിൽ അസോസിയേറ്റ് പ്രൊഫസറായ ഡോണ സ്ട്രിക്ലാന്റ് എന്നിവരുമാണ് 2018 ലെ ഭൗതികശാസ്ത്ര നോബൽ പുരസ്കാരം പങ്കിട്ടത്.

വെളിച്ചത്തിന് ബലമുണ്ടോ?

പ്രകാശത്തിന്റെ ഊർജ്ജത്തിന് വസ്തുക്കളെ ചലിപ്പിക്കാൻ കഴിയുമെന്ന ആശയം ആദ്യമായി മുന്നോട്ടുവെച്ചത് ജോഹാനെസ് കെപ്ലർ ആയിരുന്നു. തുടർന്ന് ജയിംസ് ക്ലാർക്ക് മാക്സ്വെൽ ഇത് സൈദ്ധാന്തികമായി ശരിവെക്കുകയും ലെബെഡേവും നിക്കോൾസും ഹള്ളുമടങ്ങിയ ഗവേഷകസംഘം പരീക്ഷണത്തിലൂടെ തെളിയിക്കുകയും ചെയ്തു. എന്നാൽ ദൈനംദിന ജീവിതസാഹചര്യങ്ങളിൽ ഒരു ചലനവുമുണ്ടാക്കാൻ സാധാരണ ഉപയോഗിക്കുന്ന പ്രകാശ സ്രോതസ്സുകളുണ്ടാക്കുന്ന മർദ്ദത്തിന് കഴിയില്ല. എങ്കിലും 1960കളിൽ ലേസർ കണ്ടുപിടിക്കപ്പെട്ടതോടെ അതിതീവ്രവും കേന്ദ്രീകൃതവുമായ പ്രകാശരശ്മികൾ ഉപയോഗിക്കാവുന്ന അവസ്ഥയുണ്ടായി. ധവളപ്രകാശം

പലവർണ്ണങ്ങൾ കലർന്നതും എല്ലാ ദിശയിലും ചലിക്കുന്ന പ്രകാശ തരംഗങ്ങൾ കൂടിച്ചേർന്നതുമാണ്. എന്നാൽ ലേസർ രശ്മികൾ ഒറ്റ ദിശയിൽ മാത്രം കേന്ദ്രീകരിക്കപ്പെട്ടിരിക്കുന്നു. പോയന്റർ മുതൽ ബാർ കോഡ്റീഡർ വരെ വിവിധരംഗങ്ങളിൽ ഇവ ഉപയോഗിക്കുന്നുണ്ട്. അതിസൂക്ഷ്മവും ഉയർന്ന ഊർജ്ജമുള്ളതുമായ ലേസർ രശ്മികൾ ഉപയോഗിക്കുന്ന കണ്ണിലെ ലാസിക് ശസ്ത്രക്രിയ പോലുള്ള ഉപയോഗങ്ങൾ സാധ്യമാക്കിയത് നോബൽ നേടിയ ശാസ്ത്രജ്ഞരുടെ കണ്ടെത്തലുകളാണ്.

ലേസർ കണ്ടെത്തിയകാലത്ത് തന്നെ ആ മേഖലയിൽ ഗവേഷണമാരംഭിച്ച ആഷ്കിൻ ലേസർ രശ്മി ഉപയോഗിച്ച് സൂക്ഷ്മമായ കണികകളെ ചലിപ്പിക്കാനുള്ള ശ്രമമാരംഭിച്ചു. സുതാര്യമായ സൂക്ഷ്മഗോളങ്ങൾക്ക് നേരെ ലേസർ രശ്മി പായിച്ചപ്പോൾ അവ പ്രകാശരശ്മിയുടെ മദ്ധ്യഭാഗത്തേക്ക് നീങ്ങുന്നതായി അദ്ദേഹം മനസ്സിലാക്കി. ലേസർ രശ്മിയുടെ പ്രകാശതീവ്രത മധ്യത്തിൽ നിന്ന് വശങ്ങളിലേക്ക് പോകും തോറും കുറയുന്നു. കേന്ദ്രവും അരികുകളും തമ്മിലുള്ള ഈ മർദ്ദവ്യത്യാസമാണ് കണികകളെ മധ്യഭാഗത്തേക്ക് തള്ളിനീക്കുന്നതും അവിടെ കേന്ദ്രീകരിപ്പിക്കുന്നതും. ഉയർന്ന ശേഷിയുള്ള ഒരു ലെൻസ് കൂടി ഉൾപ്പെടുത്തി പ്രകാശകണികകളെ ഒരു പ്രത്യേക ബിന്ദുവിൽ പിടിച്ചുനിർത്താനും കഴിഞ്ഞു. ഈ സംവിധാനമാണ് പിന്നീട് പ്രകാശ ചവണ എന്നറിയപ്പെട്ടത്. ഓരോ ആറ്റങ്ങളെയായി പിടിച്ചെടുക്കാനാവുന്ന അവസ്ഥയിലേക്ക് പിന്നീട് ഇത് വികസിപ്പിച്ചെടുത്തു. ഇതിനായി ആറ്റങ്ങളുടെ കമ്പനനിരക്ക് കുറക്കേണ്ടതുണ്ടായിരുന്നു. ഈ ശ്രമങ്ങൾ മറ്റൊരു ശാസ്ത്രശാഖക്ക് വഴിവെട്ടുകയും ചെയ്തു.

എന്നാൽ ജീവശാസ്ത്രപരമായ ഉപയോഗങ്ങളിലേക്ക് ആഷ്കിന്റെ ഗവേഷണം എത്തുന്നത് തികച്ചും യാദൃച്ഛികമായാണ്. ചെറിയ കണികകൾക്കുമേൽ ലേസറിന്റെ പ്രഭാവം മനസ്സിലാക്കാനായി വൈറസുകളെ ഉപയോഗിച്ച് അദ്ദേഹം പഠനം നടത്തുകയായിരുന്നു. രാത്രിയിൽ തുറന്നിട്ട നിലയിൽ പ്രവർത്തിച്ചുകൊണ്ടിരുന്ന ലേസർ ചവണയിൽ പിറ്റേന്ന് രാവിലെ പല ചെറു വസ്തുക്കളും വന്നടിഞ്ഞതായും, മൈക്രോസ്കോപ്പിന്റെ സഹായത്തോടെ ഇവ ബാക്ടീരിയകളാണെന്നും കണ്ടെത്തി. എന്നാൽ അദ്ദേഹം ഉപയോഗിച്ച തീക്ഷ്ണമായ പച്ച ലേസർ രശ്മി ഏറ്റ് അവ ചത്തുപോയിരുന്നു. ഇൻഫ്രാറെഡ് കിരണങ്ങൾ ഉപയോഗിച്ചാണ് ഈ പരിമിതി

മറികടന്നത്. ബാക്റ്റീരിയകൾക്ക് പ്രകാശക്കെണിക്കകത്ത് തന്നെ പ്രത്യുല്പാദനം നടത്താൻ കഴിയുമെന്നും കണ്ടെത്തി. തുടർന്ന് പല ജൈവകണികകളിലും ഗവേഷണം തുടരുകയും കോശത്തിനകത്തെ മോട്ടോർ പ്രോട്ടീനുകളുടെ അടക്കം പ്രവർത്തനം പഠിക്കാൻ അദ്ദേഹത്തിന് സാധിക്കുകയും ചെയ്തു.

ഇന്ന് സൂക്ഷ്മവും അല്ലാത്തതുമായ വസ്തുക്കളെ ചലിപ്പിക്കാനും, തിരിക്കാനും, മുറിക്കാനുമെല്ലാം ലേസർ ചവണകൾ ഉപയോഗിക്കാനാവും. നിരീക്ഷിക്കുന്ന വസ്തുവിനെ തൊടാതെ തന്നെ ഇത് സാധ്യമാണ്. ഡി എൻ എ, ഒറ്റ പ്രോട്ടീൻ തന്മാത്രകൾ എന്നിവയെപ്പറ്റിയൊക്കെ പഠിക്കാനും ഉപയോഗിക്കുന്നു. മലേറിയ പോലുള്ള രോഗങ്ങളിൽ രോഗബാധിതമായ രക്തകോശങ്ങളെ മാത്രം തെരഞ്ഞുപിടിച്ച് നശിപ്പിക്കാനും പ്രകാശ ചവണ ഉപയോഗിക്കാം. ഒപ്റ്റിക്കൽ ഹോളോഗ്രഫി രംഗത്തും വലിയ സാധ്യതകൾ തുറക്കപ്പെട്ടു കഴിഞ്ഞു.

വലിച്ചുനീട്ടിയും ചുരുക്കിയെടുത്തും ശക്തികൂട്ടാം

തരംഗദൈർഘ്യം കുറഞ്ഞ ലേസർ സ്പന്ദനങ്ങളുടെ തീവ്രത കൂട്ടാനുള്ള ശ്രമങ്ങൾ ആരംഭകാലത്ത് തന്നെ നടക്കുന്നുണ്ടായിരുന്നു. എന്നാൽ ഒരു പരിധിക്കപ്പുറം തീവ്രത കൂട്ടിയാൽ ആംപ്ലിഫയർ ആയി ഉപയോഗിക്കുന്ന വസ്തു തന്നെ നശിച്ചുപോകുകയായിരുന്നു പതിവ്. ഈ പരിമിതിയെ മറികടന്ന് അതിതീവ്ര ലേസർ പൾസുകൾ നിർമ്മിക്കാനുള്ള സാങ്കേതിക വിദ്യ കണ്ടെത്തിയത് ജെറാർഡ് മൂറോയും ഡോണ സ്ട്രിക്ലാന്റും ചേർന്നായിരുന്നു. ദൈർഘ്യം കുറഞ്ഞ ഒരു ലേസർ സ്പന്ദനത്തെ വലിച്ചുനീട്ടിയ ശേഷം തീവ്രത കൂട്ടുകയും പിന്നീട് ചുരുക്കിയെടുക്കുകയും ചെയ്യുമ്പോൾ അതിന്റെ തീവ്രത ആദ്യത്തേതിനേക്കാൾ ആയിരക്കണക്കിന് മടങ്ങ് വർദ്ധിക്കുന്നു. ചിർപ്പ്ഡ് പൾസ് ആംപ്ലിഫിക്കേഷൻ എന്നാണ് ഇത് അറിയപ്പെടുന്നത്. ഡോണയുടെ ആദ്യത്തെ ഗവേഷണ പ്രസിദ്ധീകരണം തന്നെ ഇതായിരുന്നു. ലേസർ സ്പന്ദനത്തെ വലിച്ചുനീട്ടാനും ചുരുക്കിയെടുക്കാനും അനുയോജ്യമായ വസ്തുക്കൾ കണ്ടെത്തുകയും ഇവ സമയവ്യതിയാനം വരാത്ത രീതിയിൽ പ്രവർത്തിക്കുന്നു എന്നുറപ്പ് വരുത്തുകയും ചെയ്യേണ്ടിയിരുന്നു. നിരവധി പരീക്ഷണങ്ങൾക്ക് ശേഷം 1985ൽ ഇവർ വിജയം കണ്ടു. അതിതീവ്രലേസറുകൾ നിർമ്മിക്കാൻ ഇവർ കണ്ടെത്തിയ സാങ്കേതിക വിദ്യ ഇന്ന് എല്ലാ ശാസ്ത്രരംഗങ്ങളിലും ഉപയോഗിക്കുന്നു. ആറ്റങ്ങൾക്കിടയിൽ

സെക്കന്റിന്റെ കോടിക്കണക്കിന് അംശത്തിലൊന്നു മാത്രം സമയമെടുത്ത് നടക്കുന്ന പ്രവർത്തനങ്ങളെ നിരീക്ഷിക്കാൻ അതിതീവ്രലേസറുകൾ മാത്രമാണ് മാർഗ്ഗം. വൈദ്യുതി കടത്തിവിടാത്ത വസ്തുക്കളെ ചാലകങ്ങളായി മാറ്റുക, ലോഹങ്ങളിലും ശരീരഭാഗങ്ങളിലും തുളച്ച് ദ്വാരങ്ങൾ തീർക്കുക, ശാസ്ത്രക്രിയകൾക്കുള്ള സ്റ്റെന്റുകൾ നിർമ്മിക്കുക, കൂടുതൽ മെച്ചപ്പെട്ട ഡാറ്റ സ്റ്റോറേജ് സൗകര്യങ്ങൾ വികസിപ്പിക്കുക എന്നിവയെല്ലാം സാധ്യമാക്കിയത് ചിർപ്ഡ് പൾസ് ആംപ്ലിഫിക്കേഷൻ ഉപയോഗിച്ചാണ്. നമുക്കേറെ പരിചയമുള്ള കണ്ണിന്റെ ലാസിക് സർജറിക്ക് പിന്നിലും മൂറോയുടേയും ഡോണയുടെയും കണ്ടെത്തലാണ് ഉപയോഗിക്കുന്നത്. അതിതീവ്ര ഹ്രസ്വസ്പന്ദ ലേസറുകൾ ഉപയോഗിച്ച് ഇലക്ട്രോണുകളുടെ ചലനം പഠിക്കാനുള്ള സാധ്യതയും തെളിഞ്ഞിരിക്കുന്നു. ഭാവിയിൽ ഇലക്ട്രോണിക്സ് അടക്കമുള്ള പല മേഖലകളെ ഇത് മാറ്റിമറിക്കും.

മാഡം ക്യൂറിക്കും മരിയ ഗോപ്പർട്ട് മേയറിനും ശേഷം നോബൽ നേടുന്ന മൂന്നാമത്തെ വനിതയാണ് ഡോണ സ്ട്രിക്ലാന്റ്. അമ്പത്തഞ്ച് വർഷത്തെ ഇടവേളക്ക് ശേഷമാണ് ഒരു വനിതക്ക് ഭൗതികശാസ്ത്ര നോബൽ ലഭിക്കുന്നത്. നൊബേൽ ലഭിക്കും വരെ അവർക്കൊരു വിക്കിപീഡിയ പേജ് പോലും ഉണ്ടായിരുന്നില്ല എന്നത് ഈ രംഗത്തെ വിവേചനത്തിനുള്ള തെളിവാകുന്നു. മാർച്ച് മാസത്തിൽ ഇവരുടെ പേരിൽ പേജ് തുടങ്ങാനുള്ള ഒരാളുടെ ശ്രമം വേണ്ടത്ര നേട്ടങ്ങളില്ല എന്നുപറഞ്ഞ് നിരസിക്കപ്പെട്ടു. മാത്രമല്ല ഔദ്യോഗികമായി ഇപ്പോഴും അസോസിയേറ്റ് പ്രൊഫസർ തസ്തികയിലാണ് അവർ ജോലി ചെയ്യുന്നത്. ഒരുപാട് വിവേചനങ്ങളെ മറികടന്ന ഡോണയുടെ നേട്ടം പിൻഗാമികളായ വനിതാഗവേഷകർക്ക് ഏറെ പ്രതീക്ഷ നൽകുന്നുണ്ട്.

ജീവന്റെ രഹസ്യങ്ങളെ തൊട്ടുനിൽക്കുന്ന രസതന്ത്ര നോബൽ

പരിണാമത്തിന്റെ പ്രവർത്തനരീതികളെ അനുകരിച്ച് തുണിയിലെ അഴുക്ക് ഇളക്കിക്കളയുന്നതു മുതൽ കാൻസർ രോഗചികിത്സക്ക് വരെ സഹായകമാകുന്ന എൻസൈമുകളും, ആന്റിബോഡികളും വികസിപ്പിച്ചെടുത്ത മൂന്ന് ശാസ്ത്രജ്ഞരാണ് 2018ലെ രസതന്ത്ര നൊബേൽപുരസ്കാരം പങ്കിട്ടത്. പരിണാമത്തിന്റെ തത്വങ്ങൾ ഉപയോഗപ്പെടുത്തി എൻസൈമുകൾ നിർമ്മിക്കാമെന്ന് കണ്ടെത്തിയ കാലിഫോർണിയ സർവകലാശാലയിലെ കെമിക്കൽ എഞ്ചിനീയറിംഗ് പ്രൊഫസറായ ഫ്രാൻസെസ് എച്ച്. അർനോൾഡിന് പുരസ്കാരത്തുകയുടെ പകുതി ലഭിക്കും. ബാക്ടീരിയോഫേജുകളെ ഉപയോഗിച്ച് ആന്റിബോഡികൾ നിർമ്മിക്കുകയും, അവ ഔഷധങ്ങളായി വികസിപ്പിക്കുകയും ചെയ്ത മിസൗറി സർവകലാശാലയിലെ പ്രൊഫസർ ജോർജ് പി. സ്മിത്ത്, ബ്രിട്ടീഷ് ശാസ്ത്രജ്ഞൻ സർ ഗ്രിഗറി പി. വിന്റർ എന്നിവർ ബാക്കി പകുതി പങ്കിടും.

സമുദ്രത്തിനടിയിൽ ഏകകോശ രൂപത്തിൽ ഉടലെടുത്ത ജീവനെ ഇന്നുകാണും വിധം ആനയും മയിലും മാനും കടുവയും നീലത്തിമിംഗലവുമായി; കരയിലും കടലിലും ആകാശത്തിലും പടർത്തിയെടുത്ത ഇന്ദ്രജാലമാണ് ജീവപരിണാമം. ഒരു ബഹുകോശ ജീവിയുടെ ശരീരം വ്യത്യസ്തങ്ങളായ നിരവധി രാസികങ്ങൾ കൊണ്ടാണ് രൂപപ്പെട്ടിരിക്കുന്നത്. പ്രകൃതിയിൽ നിന്ന് വസ്തുക്കളും ഊർജ്ജവും സ്വീകരിച്ചാണ് ഈ രാസവസ്തുക്കളെല്ലാം നിർമ്മിക്കപ്പെടുന്നത്. എന്നാൽ ജീവികൾ നിർമ്മിക്കുന്ന അതേ രാസവസ്തുക്കൾ തന്നെയാണ് അവയുടെ ശാരീരിക പ്രവർത്തനങ്ങളെ നിയന്ത്രിക്കുന്നത്

എന്നതാണ് രസകരമായ വസ്തുത. അതിജീവനത്തിന് ആധാരമായ ഈ സവിശേഷ രാസരഹസ്യങ്ങളെ ജീനുകൾ വഴി ഒരു തലമുറ യിൽ നിന്ന് മറ്റൊന്നിലേക്ക് കൈമാറാനും കഴിയും. നിരവധി രസതന്ത്രസമസ്യകളെ നേരിട്ടും പരിഹരിച്ചുമാണ് കോടിക്കണ ക്കിന് വർഷം മുമ്പ് രൂപപ്പെട്ട ആദ്യ ഏകകോശജീവിയിൽ നിന്ന് ഇന്ന് കാണുന്ന സങ്കീർണ്ണ രൂപത്തിലേക്ക് ഇവ എത്തിച്ചേർന്നത്. അഗ്നിപർവതലാവയിൽ ജീവിക്കുന്ന ബാക്റ്റീരിയയും, തണുത്തുറഞ്ഞ സമുദ്രത്തിലെ മത്സ്യവും അതിജീവനം സാധ്യമാക്കിയത് അവയുടെ ജീവിത സാഹചര്യത്തിനനുകൂലമായ വിവിധ രാസപദാർത്ഥങ്ങൾ നിർമ്മിച്ചെടുത്തും, അനന്തര തലമുറകളിലേക്ക് കൈമാറിയുമാണ്.

ജീവപരിണാമവും ഡിസൈനർ എൻസൈമുകളും

ജീവശരീരത്തിലെ രാസപ്രവർത്തനങ്ങളെ നിയന്ത്രിക്കുന്ന രാസ വസ്തുക്കളാണ് എൻസൈമുകൾ. നിരവധി അമിനോആസിഡുകൾ കൂടിച്ചേർന്നതാണ് ഇവയുടെ ഘടന. ഇരുപത് അമിനോആസിഡു കൾ മാത്രമാണ് ശരീരത്തിലുള്ളത് എങ്കിലും അവയുടെ പലതരത്തി ലുള്ള കൂടിച്ചേരൽ വഴി നിർമ്മിക്കാവുന്ന എൻസൈമുകളും പ്രോട്ടീ നുകളും എണ്ണമറ്റതാണ്. എൻസൈമുകളിൽ ഘടനാമാറ്റം വരുത്തി പുതിയ ഗുണങ്ങൾ രൂപപ്പെടുത്താനായിരുന്നു ഫ്രാൻസെസ് എച്ച്. ആർനോൾഡിന്റെ ആദ്യശ്രമം. എന്നാൽ അമിനോ ആസിഡുകളുടെ കൂടിച്ചേരൽ സാധ്യതകളുടെ സങ്കീർണ്ണത കാരണം അവർക്ക് ആ ശ്രമങ്ങൾ ഉപേക്ഷിക്കേണ്ടി വന്നു. ആയിരക്കണക്കിന് അമിനോ ആസിഡുകൾ കൂടിച്ചേർന്നും കെട്ടുപിണഞ്ഞും കിടക്കുന്ന അവയുടെ ഘടനയെ വഴക്കിയെടുക്കാനുള്ള സാങ്കേതിക സംവിധാനങ്ങളും അന്നുണ്ടായിരുന്നില്ല. അപ്പോഴാണ് പരിണാമത്തിന്റെ രീതിശാ സ്ത്രത്തെ ഉപയോഗപ്പെടുത്താനുള്ള സാധ്യതയെക്കുറിച്ച് അവർ ചിന്തിക്കുന്നത്. പ്രതികൂലമായ സാഹചര്യങ്ങളിൽ ജീവിവർഗങ്ങ ളുടെ അതിജീവനം സാധ്യമാകുന്നത് പ്രധാനമായും രണ്ട് വഴിക ളിലൂടെയാണ്, ജനിതക വ്യതിയാനവും, പ്രകൃതി നിർദ്ധാരണവും. ജീനുകളിൽ സംഭവിക്കുന്ന വ്യതിയാനങ്ങൾ പുതിയ സ്വഭാവങ്ങ ൾക്ക് കാരണമാവുകയും ഇവയിൽ ഏറ്റവും അതിജീവനശേഷിയു ള്ളവ നിലനിൽക്കുകയും ചെയ്യുന്നു. സ്വാഭാവികമായി നടക്കുന്ന ഈ പ്രക്രിയയെ പരീക്ഷണശാലയിലേക്ക് കൊണ്ടുവരികയാണ് ഫ്രാൻസെസ് ചെയ്തത്. നിയന്ത്രിത പരിണാമം എന്ന ഈ പ്രക്രി യയിൽ ഒരു പ്രത്യേക എൻസൈമിനെ നിർമ്മിക്കുന്ന ജീനുകളിൽ

ക്രമരഹിതമായ വിധത്തിൽ ജനിതക മാറ്റം വരുത്തിയ ശേഷം ബാക്ടീരിയയിൽ സന്നിവേശിപ്പിക്കുകയും, ഈ ബാക്റ്റീരിയകൾ ജീനിന്റെ അനുബന്ധ എൻസൈം നിർമ്മിക്കുകയും ചെയ്യുന്നു. പിന്നീട് പ്രകൃതിനിർദ്ധാരണത്തിൽ സംഭവിക്കുന്നതുപോലെ ഏറ്റവും മികച്ചതിനെ മാത്രം വേർതിരിച്ചെടുത്ത് ആവശ്യമെങ്കിൽ വീണ്ടും ജനിതകമാറ്റങ്ങൾ വരുത്തി തുടക്കത്തിലുള്ളതിൽ നിന്ന് തീർത്തും വിഭിന്നമായ രാസസ്വഭാവമുള്ള എൻസൈമുകൾ നിർമ്മിച്ചെടുക്കുന്നു. അങ്ങനെ വെള്ളത്തിൽ മാത്രം രാസത്വരകമായി പ്രവർത്തിക്കുന്ന സബ്റ്റിലിസിൻ എന്ന എൻസൈമിനെ ഓർഗാനിക് ലായകത്തിൽ രാസപ്രവർത്തനശേഷിയുള്ളതായി മാറ്റാൻ ഇവർക്ക് കഴിഞ്ഞു. സങ്കീർണ്ണമായ ഘടനമൂലം സുനിശ്ചിതമായ മാറ്റങ്ങൾ അസാധ്യമായതിനാൽ പകരം ക്രമരഹിതമായ മ്യൂട്ടേഷന്റെ അനിശ്ചിതത്വത്തിന്റെ സാധ്യത ഉപയോഗപ്പെടുത്തുകയാണ് ഫ്രാൻസെസ് ചെയ്തത്. നിയന്ത്രിത പരിണാമത്തിന്റെ സാധ്യതകളെ കൂടുതൽ വിപുലമാക്കിയ മറ്റൊരാൾ ഡച്ച് ശാസ്ത്രജ്ഞനായ വില്ലെം പി സി സ്റ്റെമ്മർ ആയിരുന്നു. പ്രത്യുല്പാദന പ്രക്രിയക്ക് സമാനമായി ജീനുകളുടെ പുനസംയോജനം വഴി കൂടുതൽ മെച്ചപ്പെട്ട എൻസൈമുകൾ രൂപപ്പെടുത്താമെന്ന് അദ്ദേഹം കണ്ടെത്തി. ഡി എൻ എ ഭാഗങ്ങളെ പലതായി മുറിച്ച് കൂട്ടിക്കലർത്തിയാണ് ഇത് സാധ്യമാക്കിയത്. 2013ൽ അന്തരിച്ചതിനാലാണ് നൊബേൽ പട്ടികയിൽ അദ്ദേഹത്തിന് ഇടം ലഭിക്കാതെ പോയത്. ഇന്ന്, അസാധ്യമായ രാസപ്രവർത്തനങ്ങളെ സാധ്യമാക്കും വിധത്തിലേക്ക് നിയന്ത്രിത പരിണാമം വളർന്നുകഴിഞ്ഞു. ഗ്ലൂക്കോസിനെ ജൈവഇന്ധനമായ ഐസോബ്യൂട്ടനോൾ ആക്കിമാറ്റാനുള്ള ശ്രമങ്ങൾ ഫ്രാൻസെസ് എച്ച് ആർനോൾഡിന്റെ പരീക്ഷണശാലയിൽ തന്നെ നടന്നുവരുന്നു.

ആന്റിബോഡികളുടെ പ്രോട്ടീൻ പിടിത്തം

ഒരു പ്രത്യേക എൻസൈം അഥവാ പ്രോട്ടീൻ നിർമ്മിക്കുന്ന ജീനിനെ തിരിച്ചറിഞ്ഞാൽ മാത്രമേ നിയന്ത്രിത പരിണാമം വഴി പുതിയ ജൈവതന്മാത്രകൾ നിർമ്മിക്കാനാവൂ. എൺപതുകളിൽ വിവിധ ജീനുകൾ നിർമ്മിക്കുന്ന പ്രോട്ടീനുകൾ ഏതെല്ലാമെന്ന് പരിമിതമായ അറിവേ ഉണ്ടായിരുന്നുള്ളൂ. അജ്ഞാത ജീനുകളേയും അവ നിർമ്മിക്കുന്ന പ്രോട്ടീനുകളേയും തമ്മിൽ ബന്ധിപ്പിക്കാനുള്ള കണ്ണി കണ്ടെത്തുകയാണ് ജോർജ് പി സ്മിത്ത് ചെയ്തത്. ബാക്റ്റീരിയകളെ ആക്രമിക്കുന്ന വൈറസായ ബാക്റ്റീരിയോ ഫേജിനെയും

ആന്റിബോഡികളേയുമാണ് ഇതിനായി ഉപയോഗിച്ചത്. അജ്ഞാത ജീൻ കഷണങ്ങളെ ബാക്റ്റീരിയോഫേജിലേക്ക് പ്രവേശിപ്പിക്കുക യാണ് ആദ്യപടി. ഫേജിന്റെ പുറംതോടിലെ പ്രോട്ടീനിലേക്ക് പുതിയ ജീൻ നിർമ്മിച്ച പ്രോട്ടീനും കൂട്ടിച്ചേർക്കപ്പെടുന്നു. പലതരം പ്രോട്ടീനുകളടങ്ങിയ മിശ്രിതത്തിൽ നിന്ന് ഓരോന്നായി വേർതി രിച്ചെടുക്കാൻ ആന്റിബോഡികളെ ഉപയോഗിക്കുകയാണ് അടുത്ത ഘട്ടം. ശരീരത്തിലെത്തുന്ന അന്യവസ്തുക്കളേയും രോഗാണുക്കളേയും നിർവീര്യമാക്കുന്ന പ്രത്യേകതരം പ്രോട്ടീനുകളാണ് ആന്റിബോഡി കൾ. ശരീരത്തിലെത്തുന്ന രോഗാണുക്കളിലെ പ്രോട്ടീൻ തന്മാത്ര കളുമായി ഇവ ബന്ധിക്കപ്പെടുമ്പോൾ ശരീരത്തിന്റെ പ്രതിരോധ വ്യവസ്ഥക്ക് അപായ സൂചന ലഭിക്കുകയും, ഊർജ്ജിത പ്രവർത്ത നത്തിലൂടെ നുഴഞ്ഞുകയറ്റക്കാരനെ നശിപ്പിക്കുകയും ചെയ്യുന്നു. ഒരു ആന്റിബോഡിക്ക് ഒരു പ്രത്യേക പ്രോട്ടീനുമായി മാത്രമേ ബന്ധനം സാധ്യമാവൂ. ആയിരക്കണക്കിന് പ്രോട്ടീനുകൾക്കിടയിൽ നിന്ന് ആ പ്രത്യേക പ്രോട്ടീനെ തിരിച്ചറിഞ്ഞു കൂടിച്ചേരാൻ ഇവക്ക് കഴിയും. ഈ തത്വം ഉപയോഗപ്പെടുത്തി പ്രോട്ടീനുകളെ വേർതിരിക്കാനും, ജീനും പ്രോട്ടീനും തമ്മിലുള്ള ബന്ധം കണ്ടെത്താനും സ്മിത്തിന് കഴിഞ്ഞു. ഫേജ് ഡിസ്പ്ലേ എന്നാണ് ഈ വിദ്യ അറിയപ്പെടുന്നത്.

സോറിയാസിസ് മുതൽ കാൻസർ വരെ മാറ്റാം

ശരീരത്തിന്റെ രാസായുധങ്ങളായി പ്രവർത്തിക്കുന്ന ആന്റിബോ ഡികളെ ഔഷധമായി ഉപയോഗിക്കാനാവുമോ എന്ന അന്വേഷണം സജീവമാകുന്നത് ഇക്കാലത്താണ്. ആദ്യകാലത്ത് എലികളിൽ രോഗബാധിതമായ കോശങ്ങളിൽ നിന്നുള്ള പ്രോട്ടീൻ കുത്തിവെ ച്ചാണ് ആന്റിബോഡികൾ ഉത്പാദിപ്പിച്ചിരുന്നത്. എന്നാൽ ഇത് പലപ്പോഴും വിജയിച്ചില്ലെന്ന് മാത്രമല്ല, മനുഷ്യശരീരം ഈ അന്യപ ദാർത്ഥത്തെ തിരസ്കരിക്കാൻ സാധ്യത കൂടുതലുമാണ്. ഫേജ് ഡിസ് പ്ലേ ഉപയോഗിച്ച് മനുഷ്യനിൽ കാണുന്ന അതേ ആന്റിബോഡികൾ നിർമ്മിക്കാൻ സാധിക്കുമോ എന്നായിരുന്നു ഗ്രിഗറി പി വിന്ററിന്റെ അന്വേഷണം. ബാക്റ്റീരിയോഫേജുകളെ ഉപയോഗിച്ച് ആന്റിബോ ഡികളിൽ മാറ്റംവരുത്തി കൂടുതൽ കാര്യക്ഷമമായി പ്രോട്ടീനുക ളോട് ബന്ധിപ്പിക്കാവുന്ന പുതിയ ആന്റിബോഡികളുടെ കൂട്ടത്തെ നിർമ്മിച്ചെടുത്തു. കാൻസർ കോശങ്ങളെ കൃത്യമായി തിരിച്ചറിഞ്ഞു പിടികൂടുന്ന ആന്റിബോഡി 1994 ൽ അദ്ദേഹത്തിന്റെ നേതൃത്വ ത്തിൽ വികസിപ്പിച്ചു. തുടർന്ന് അദ്ദേഹവും കൂട്ടുകാരും ഒരു കമ്പനി

രൂപീകരിക്കുകയും ശരീരം തന്നെ കോശങ്ങളെ നശിപ്പിക്കുന്ന ഓട്ടോ ഇമ്മ്യൂൺ രോഗങ്ങൾക്ക് പ്രതിവിധിയായി അഡാലിമുമാബ് എന്ന ആദ്യത്തെ ആന്റിബോഡി മരുന്ന് വിപണിയിലെത്തിക്കുകയും ചെയ്തു. ഇന്ന് സന്ധിവാതവും സോറിയാസിസും പോലുള്ള രോഗങ്ങൾക്ക് ഔഷധമായി ഇത് ഉപയോഗിക്കുന്നു. പിന്നീട് ഈ രംഗത്ത് ഊർജ്ജിതമായ ഗവേഷണങ്ങൾ നടക്കുകയും ശരീരമാസകലം പടർന്ന കാൻസറിനെപ്പോലും ഭേദമാക്കാവുന്ന ആന്റിബോഡി ഔഷധങ്ങൾ നിർമ്മിക്കുകയും ചെയ്തു. ഓട്ടോ ഇമ്മ്യൂൺ രോഗമായ ല്യൂപസ്, മാരകമായ ആന്ത്രാക്സ് എന്നിവയ്ക്കൊക്കെ ആന്റിബോഡി മരുന്നുകൾ ഇപ്പോൾ ലഭ്യമാണ്. അൽഷിമേഴ്സിനുള്ള മറുമരുന്നും ഉടനെ വിപണിയിലെത്തുമെന്ന് പ്രതീക്ഷിക്കാം.

പൊതുവേ പുരുഷന്മാർ അടക്കിവാഴുന്ന മേഖലയാണ് ശാസ്ത്ര വിഷയങ്ങളിലെ നൊബേൽ പുരസ്കാരങ്ങൾ. അഞ്ചു ശതമാനത്തോളം മാത്രമാണ് ഇക്കാലം വരെ ഈ രംഗത്തെ ഒട്ടാകെയുള്ള സ്ത്രീപ്രാതിനിധ്യം. ചരിത്രം തിരുത്തിക്കൊണ്ട് രസതന്ത്രത്തിലും ഭൗതികശാസ്ത്രത്തിലും ഓരോ വനിതകൾ നൊബേൽ നേടി. ഫ്രാൻസസ് എച്ച് ആർനോൾഡ് രസതന്ത്ര നൊബേൽ നേടുന്ന അഞ്ചാമത്തെ വനിതയാണ്. കാൻസറും, മകന്റെ മരണവുമടക്കം നിരവധി പ്രതിസന്ധികളെ നേരിട്ടാണ് നൊബേലിന്റെ ആഹ്ളാദത്തിലേക്ക് അവർ എത്തിയത്. അമേരിക്കയുടെ വിയറ്റ്നാം അധിനിവേശത്തിനെതിരെ പ്രതികരിക്കാൻ വീട്ടുവിട്ടിറങ്ങിയ സംഭവം അവരുടെ സാമൂഹ്യബോധത്തിന് തെളിവാണ്. എഞ്ചിനീയറിംഗ് മേഖലയിൽ പ്രൊഫസർഷിപ്പ് നേടിയ അപൂർവ്വം സ്ത്രീകളിൽ ഒരാൾ കൂടിയായ ഫ്രാൻസെസ് ഒരു ബയോഡീസൽ കമ്പനിക്ക് തുടക്കമിട്ടത് കൂടാതെ ജനിതക ഗവേഷണ രംഗത്ത് പ്രവർത്തിക്കുന്ന മറ്റൊരു കമ്പനിക്ക് നേതൃത്വം നൽകുകയും ചെയ്യുന്നുണ്ട്. സ്ത്രീയുടെ മാറിയ സാമൂഹ്യാവസ്ഥകൾ അടുത്തകാലത്തായി നൊബേൽ സമ്മാനങ്ങളിൽ പ്രതിഫലിക്കുന്നുണ്ട്. വരും വർഷങ്ങളിൽ ശാസ്ത്രരംഗത്തെ ഒട്ടേറെ സ്ത്രീകൾക്ക് പ്രചോദനമാവാൻ ഇവർ നേടിയ ബഹുമതിക്ക് കഴിയുമെന്നുറപ്പ്.

ജൈവരാസവസ്തുക്കളിൽ മാറ്റം വരുത്തി ഈ ശാസ്ത്രജ്ഞർ നടത്തിയ മുന്നേറ്റങ്ങൾ നിരവധി പേരുടെ രോഗം മാറ്റാനും ജീവൻ രക്ഷിക്കാനും മാത്രമല്ല സഹായിക്കുന്നത്. കൂടുതൽ പ്രകൃതിസൗഹാർദ്ദ പരമായ ഹരിതരാസപ്രവർത്തനങ്ങളും, ജൈവഇന്ധനങ്ങളും

ഒക്കെ യാഥാർത്ഥ്യമാക്കാൻ ഇവരുടെ ഗവേഷണം വഴികാണിച്ചിട്ടുണ്ട്. ഒരിക്കലും സാധ്യമല്ലാത്തതെന്നു കരുതിയ പല രാസപ്രവർത്തനങ്ങളെയും ഇവരുടെ ഗവേഷണം സാധ്യമാക്കി. ഈ കണ്ടുപിടിത്തങ്ങളെ അടിസ്ഥാനമാക്കിയുള്ള പുതിയ മുന്നേറ്റങ്ങൾ വരും നാളുകളിൽ നമ്മുടെ ജീവിതത്തെ മാറ്റിമറിക്കുക തന്നെ ചെയ്യും. അത് കൊണ്ട് തന്നെ ഇത്തവണത്തെ രസതന്ത്ര നൊബേൽ ജീവലോകത്തിന്റെ പല രഹസ്യങ്ങളേയും തൊട്ടുനിൽക്കുന്നതാണ്.

കാൻസറിന് ബ്രേക്കിട്ടവർക്ക് വൈദ്യശാസ്ത്ര നോബൽ

മനുഷ്യരാശിയെ ഇന്നും ഏറ്റവും കൂടുതൽ ഭയപ്പെടുത്തുന്ന രോഗമാണ് കാൻസർ. ഓരോ വർഷവും ലക്ഷക്കണക്കിനാളുകളുടെ മരണത്തിന് കാരണമാകുന്ന ഈ രോഗത്തെ ചെറുക്കാനുള്ള പല വഴികളുള്ള ഗവേഷണങ്ങൾ ലോകമെമ്പാടും നടക്കുന്നു. 2018 ലെ വൈദ്യശാസ്ത്ര നോബൽ, ശരീരത്തിന്റെ പ്രതിരോധ സംവിധാനത്തെ ഉപയോഗപ്പെടുത്തി കാൻസർ രോഗങ്ങളെ നശിപ്പിക്കാനുള്ള വിദ്യ കണ്ടെത്തിയ ടെക്സാസ് സർവകലാശാലയിലെ പ്രൊഫസറായ ജെയിംസ് പി അലിസനും ക്യോട്ടോ സർവകലാശാലയിലെ മുൻ ഡീനായ തസുകു ഹോന്ജോയും പങ്കിട്ടു. ഇമ്യൂൺ ചെക്ക് പോയന്റ് തെറാപ്പി എന്നറിയപ്പെടുന്ന ഇവരുടെ ചികിത്സാരീതി ത്വക്കിനേയും ശ്വാസകോശത്തേയും ബാധിക്കുന്നതടക്കം പലതരം കാൻസർ രോഗങ്ങളുടെ ചികിത്സയിൽ ഏറെ ഫലപ്രദമാണെന്ന് മാത്രമല്ല ശരീരമാസകലം കാൻസർ പടർന്ന അവസ്ഥയിൽ പോലും രോഗികളെ രക്ഷിക്കാൻ സഹായിക്കുന്നുമുണ്ട്.

ശരീരത്തിലെ ചില കോശങ്ങൾ ക്രമാതീതമായി പെരുകുന്ന അവസ്ഥയാണ് കാൻസർ. രോഗബാധിതമാകുന്ന ശരീരഭാഗങ്ങളെ അടിസ്ഥാനമാക്കി കാൻസറിനെ പലതായി തിരിക്കാം. ശസ്ത്രക്രിയ, റേഡിയേഷൻ, കീമോതെറാപ്പി തുടങ്ങി നിരവധി സങ്കേതങ്ങൾ കാൻസർ രോഗ ചികിത്സയിൽ ഉപയോഗിക്കുന്നുണ്ട്. എന്നാൽ കാൻസർ പടർന്ന സാഹചര്യത്തിൽ ഇവ പലപ്പോഴും ഫലപ്രദമാകാതെ പോകുന്നു. ശരീരത്തിലെ അമിതമായി പെരുകുന്ന കോശങ്ങളെ രോഗപ്രതിരോധ വ്യവസ്ഥ ഉപയോഗിച്ച് തന്നെ

നശിപ്പിക്കാവുമോ എന്ന അന്വേഷണങ്ങൾ വളരെ മുമ്പ് തന്നെ നടക്കുന്നുണ്ട്. ശരീരത്തിനകത്തെത്തുന്ന അന്യവസ്തുക്കളെ പ്രതിരോധിക്കുന്നതിൽ ഏറെ ഫലപ്രദമാണ് നമ്മുടെ ശരീരത്തിന്റെ രോഗപ്രതിരോധവ്യവസ്ഥ. അന്യവസ്തുക്കളെ തിരിച്ചറിഞ്ഞു നിർവീര്യമാക്കുന്നതിൽ പ്രധാനപങ്കുവഹിക്കുന്ന ശ്വേതരക്താണുക്കളാണ് T കോശങ്ങൾ. ഇവ നുഴഞ്ഞുകയറിയ രോഗാണുക്കളെ പിടിച്ചെടുക്കുമ്പോൾ രോഗപ്രതിരോധ വ്യവസ്ഥ തീവ്രമായ ആക്രമണം ആരംഭിക്കുകയും അങ്ങനെ നുഴഞ്ഞുകയറ്റക്കാരെ ഇല്ലാതാക്കുകയും ചെയ്യുന്നു. ചിലയിനം പ്രോട്ടീനുകൾ T കോശങ്ങളുടെ പ്രവർത്തനശേഷി കൂട്ടുന്ന ആക്സിലറേറ്ററുകളായി പ്രവർത്തിക്കുന്നു. ഇവയുടെ കൂടി സഹായത്തോടെയാണ് രോഗപ്രതിരോധം പൂർണ്ണമായും കാര്യക്ഷമമാകുന്നത്. എന്നാൽ മറ്റു ചില പ്രോട്ടീനുകൾ T കോശങ്ങളുടെ പ്രവർത്തനത്തെ നിയന്ത്രിക്കുന്ന ബ്രേക്കുകളായും പ്രവർത്തിക്കുന്നുണ്ട്. പ്രതിരോധ വ്യവസ്ഥയുടെ അമിതമായ ഉത്തേജനം ആർത്രൈറ്റിസ്, ലൂപ്പസ് എന്നിവ പോലുള്ള ഓട്ടോ ഇമ്മ്യൂൺ രോഗങ്ങൾക്ക് കാരണമാവും. ആക്സിലറേറ്ററുകളുടെയും ബ്രെക്കുകളുടെയും സംയുക്ത പ്രവർത്തനത്തിലൂടെയാണ് മനുഷ്യശരീരം എന്ന വണ്ടി അപകടങ്ങളില്ലാതെ മുന്നോട്ട് പോകുന്നത്.

CTLA -4 എന്ന പ്രോട്ടീനിൽ പഠനം നടത്തിക്കൊണ്ടിരുന്ന അലിസൻ അതിന് T കോശങ്ങൾക്ക് മേൽ ബ്രേക്ക് ആയി പ്രവർത്തിക്കാനാവുമെന്ന് കണ്ടെത്തി. മറ്റു ഗവേഷകർ ഇതിനെ ഓട്ടോ ഇമ്മ്യൂൺ രോഗ ചികിത്സക്കായി ഉപയോഗിച്ചപ്പോൾ കാൻസർ കോശങ്ങളെ നശിപ്പിക്കാനായിരുന്നു അദ്ദേഹത്തിന്റെ ശ്രമം. CTLA -4 നെ നിയന്ത്രിക്കുന്ന ഒരിനം ആന്റിബോഡി ഇതിനകം അലിസൻ കണ്ടെത്തിയിരുന്നു. ഇതുപയോഗിച്ച് CTLA -4 ന്റെ ബ്രേക്കിംഗ് ആക്ഷനെ തടഞ്ഞ് എലികളിലെ കാൻസർ കോശങ്ങളിൽ പഠനം നടത്തി. രോഗം ബാധിച്ച കോശങ്ങളെ പൂർണ്ണമായി നശിപ്പിക്കാനും കഴിഞ്ഞു. പിന്നീട് പല സംഘങ്ങളും നടത്തിയ പരീക്ഷണങ്ങൾ വഴി മനുഷ്യരിൽ സ്കിൻ കാൻസർ പൂർണ്ണമായും മാറ്റാമെന്ന് കണ്ടെത്തി. 1992 തസുക ഹോന്ജോ PD-1 എന്ന മറ്റൊരു പ്രോട്ടീൻ കണ്ടെത്തുക മാത്രമല്ല ഇത് T- സെൽ ബ്രേക്ക് ആയി പ്രവർത്തിക്കുമെന്ന് മനസ്സിലാക്കുകയും ചെയ്തു. CTLA -4 ന്റെതിൽ നിന്ന് വിഭിന്നമാണ് ഇതിന്റെ പ്രവർത്തന രീതി. എന്നാൽ PD-1ന്റെ പ്രവർത്തനം തടസ്സപ്പെടുത്തുന്ന രീതി കാൻസർ രോഗചികിത്സയിൽ CTLA -4 ബ്ലോക്കിംഗിനേക്കാൾ ഏറെ ഫലപ്രദമാണെന്ന് തെളിയിക്കപ്പെട്ടു. ഈ രണ്ട് രീതികളും

ഒറ്റക്കും സംയുക്തമായുമൊക്കെ എന്ന് കാൻസർ ചികിത്സയിൽ ഉപയോഗിക്കപ്പെടുന്നുണ്ട്. ഇതാണ് ഇമ്മ്യൂൺ ചെക്ക്പോയന്റ് തെറാപ്പി എന്നറിയപ്പെടുന്നത്. അലിസന്റെയും ഹോന്ജോയുടേയും ഗവേഷണങ്ങളിൽ നിന്ന് പ്രചോദനമുൾക്കൊണ്ട് ഇത്തരത്തിലുള്ള മറ്റ് പ്രോട്ടീനുകളിലും ഗവേഷണങ്ങൾ നടക്കുന്നു. കാൻസർ രോഗ ബാധിതരായ അനേകം പേർക്ക് ആശ്വാസം പകരുന്ന കണ്ടെത്തൽ എന്നത് തന്നെയാണ് ഈ നോബലിന്റെ പ്രസക്തി.

ഭൂമിയുടെ പുതപ്പിനെ സംരക്ഷിക്കാം

എല്ലായിടത്തും നിറഞ്ഞു നിൽക്കുന്നതും ഉപയോഗിക്കുന്നുണ്ടെന്ന് പോലുമോർക്കാതെ ജീവജാലങ്ങൾ ഉപയോഗിക്കുന്നതും എന്നാൽ കാണാൻ കഴിയാത്തതിനാൽ ഗുണനിലവാരത്തെപ്പറ്റി നാമൊട്ടും ബോധവാന്മാരല്ലാത്തതുമായ വസ്തുവുമാണ് വായു. മാലിന്യക്കൂമ്പാരങ്ങൾ പോലെയോ, സമുദ്രജീവികളുടെ വയറ്റിനുള്ളിൽ കുടുങ്ങിയ പ്ലാസ്റ്റിക് പോലെയോ, മലിനമായ വെള്ളം പോലെയോ കാഴ്ച്ചകൊണ്ട് വായുമലിനീകരണത്തെപ്പറ്റി ബോധ്യപ്പെടുത്താനോ അവബോധമുണ്ടാക്കാനോ കഴിയുകയില്ല. ശ്വസിക്കാൻ ബുദ്ധിമുട്ട് അനുഭവപ്പെട്ട് തുടങ്ങുമ്പോഴാണ് വായു എന്ന യാഥാർത്ഥ്യത്തെപ്പറ്റി നമ്മൾ ഓർക്കുന്നത് പോലും. എന്നാൽ ഹരിതഗൃഹപ്രഭാവം മൂലമുള്ള കാലാവസ്ഥാമാറ്റങ്ങളുടേയും, ഓസോൺ പാളിയുടെ നാശം മൂലമുള്ള പ്രശ്നങ്ങളുടേയും പുകമഞ്ഞിന്റെയും ഒക്കെ രൂപത്തിൽ വായുമലിനീകരണം കാഴ്ചക്കകത്തേക്ക് എത്തിക്കഴിഞ്ഞിരിക്കുന്നു. ഓരോ നിമിഷവും വാഹനങ്ങൾ പെരുകുന്ന, വ്യവസായ ശാലകൾ വിഷപ്പുകതുപ്പുന്ന, വനനശീകരണവും സമുദ്രമലിനീകരണവും ഹരിതഗൃഹവാതകങ്ങളുടെ അളവ് പെരുക്കിക്കൊണ്ടിരിക്കുന്ന കാലത്ത് വായുമലിനീകരണം ഏറെ പ്രാധാന്യത്തോടെ ചർച്ച ചെയ്യപ്പെടേണ്ടതുണ്ട്.

എന്താണ് വായുമലിനീകരണം?

ഭൂമിയുടെ പുതപ്പാണ് അന്തരീക്ഷം എന്ന് പൊതുവേ പറയാറുണ്ട്. സൗരവികിരണങ്ങളെ തടഞ്ഞുനിർത്തി ഭൂമിയുടെ താപനില ജീവന് അനുകൂലമായി നിലനിർത്തുന്നതിനാൽ ആ പേര് അനുയോജ്യവുമാണ്. ഭൂഗുരുത്വം മൂലം ബഹിരാകാശത്തേക്ക് രക്ഷപ്പെട്ടുപോകാതെ

ഭൗമോപരിതലത്തിനോട് ചേർന്നുകിടക്കുന്ന വിവിധ തരം വാതകങ്ങളുടെ മിശ്രിതമാണ് അന്തരീക്ഷം. നൈട്രജൻ (78%), ഓക്സിജൻ (21%), ആർഗൺ (0.93%), കാർബൺ ഡയോക്സൈഡ് (0.04%), ഹൈഡ്രജൻ, ഹീലിയം, നിയോൺ, മീഥേൻ, ഓസോൺ, ജലബാഷ്പം, പൊടിപടലങ്ങൾ, ചെറിയ ധൂളികൾ എന്നിവയെല്ലാം ഇതിലടങ്ങിയിരിക്കുന്നു. ബാഹ്യ ഇടപെടലുകളില്ലെങ്കിൽ ഇവയുടെ അളവും അനുപാതവും ഏറെക്കുറെ സ്ഥിരമായി നിലനിൽക്കും. അപകടകരമായതോ ഉയർന്ന അളവിലോ ഉള്ള വാതകങ്ങളോ, കണികകളോ ജൈവവസ്തുക്കളോ വായുവിൽ കലരുന്നതിനാണ് വായുമലിനീകരണം എന്ന് പറയുന്നത്. സ്വാഭാവികവും മനുഷ്യ നിർമ്മിതവുമായ വിവിധ ഉറവിടങ്ങൾ വായുമലിനീകരണത്തിനു കാരണമാവാം. പ്രതിവർഷം ലോകമൊട്ടാകെ ഏഴ് ദശലക്ഷത്തില ധികം പേർ വായുമലിനീകരണം കാരണം മരണമടയുന്നു എന്നാണ് ലോകാരോഗ്യസംഘടനയുടെ പഠനം കാണിക്കുന്നത്. ഇന്ത്യയിലെ വർഷംതോറുമുള്ള ആകെ മരണങ്ങളിൽ പന്ത്രണ്ട് ശതമാനവും വായു മലിനീകരണം മൂലമാണെന്നും അഞ്ച് വയസ്സിൽ താഴെയുള്ള ഒരു ലക്ഷം കുട്ടികൾ ഉൾപ്പടെയാണിതെന്നും സെന്റർ ഫോർ സയൻസ് ആന്റ് എൻവിറോൺമെന്റിന്റെ ഈ വർഷത്തെ റിപ്പോർട്ടിൽ വ്യക്ത മാക്കുന്നു, നാം കരുതുന്നതിലും എത്രയോ ഏറെയാണ് വായുമലിനീ കരണമുണ്ടാക്കുന്ന പ്രത്യാഘാതങ്ങൾ എന്നർത്ഥം.

കാർബൺഡയോക്സൈഡ്, കാർബൺ മോണോക്സൈഡ്, നൈട്രജന്റെയും സൾഫറിന്റെയും വിവിധ ഓക്സൈഡുകൾ, മീഥേൻ, എളുപ്പത്തിൽ ബാഷ്പീകരിക്കുന്ന ഓർഗാനിക് സംയുക്തങ്ങൾ, ഹാനികരമായ വിവിധതരം കണങ്ങൾ, ലെഡ്, മെർക്കുറി തുടങ്ങിയ ലോഹങ്ങളും അവയുടെ സംയുക്തങ്ങളും, അമോണിയ, ഓസോൺ, ക്ലോറോഫ്ലൂറോകാർബണുകൾ (CFC), റേഡിയോ ആക്റ്റീവ് കിര ണങ്ങൾ തുടങ്ങി ഖര, ദ്രാവക, വാതകരൂപങ്ങളിലുള്ള വിവിധ വസ്തുക്കൾ വായുമലിനീകരണത്തിന് കാരണമാകുന്നു. അഗ്നിപ ർവത സ്ഫോടനങ്ങൾ, കാട്ടുതീ, പൊടിക്കാറ്റുകൾ,ജൈവവസ്തുക്കളുടെ അഴുകൽ തുടങ്ങിയ പ്രാകൃതിക പ്രതിഭാസങ്ങൾ മലിനീകരണത്തിന് കാരണമാകുന്നുണ്ടെങ്കിലും മനുഷ്യന്റെ അനിയന്ത്രിത ഉപഭോഗത്വര തന്നെയാണ് വായുമലിനീകരണത്തിന് പ്രധാന കാരണം. കൃഷി യിടങ്ങളും, വ്യവസായ ശാലകളും, വാഹനങ്ങളും, വിമാനങ്ങളും, തുടങ്ങി സാധാരണ നമ്മളുപയോഗിക്കുന്ന സ്പ്രേകളും, പെയിന്റുകളും,

വാർണിഷുകളും വരെ വായുമലിനീകരണത്തിന് കാരണമാകുന്നുണ്ട്. ഫോസിൽ ഇന്ധനങ്ങളുടെ ജ്വലനം കാർബൺഡയോക്സൈഡ്, കാർബൺ മോണോക്സൈഡ്, നൈട്രജന്റെയും സൾഫറിന്റെയും വിവിധ ഓക്സൈഡുകൾ, കാർബൺ കണികകൾ എന്നിവയെല്ലാം അന്തരീക്ഷത്തിലെത്തിക്കുന്നു. അതിവേഗം നഗരവത്കരിക്കപ്പെടുന്ന, ആളോഹരി വാഹനസാന്ദ്രത ഏറെക്കൂടുതലുള്ള കേരളത്തെ സംബന്ധിച്ചിടത്തോളം ഇത് വായുമലിനീകരണത്തിന്റെ ഏറ്റവും പ്രധാനപ്പെട്ട ഉറവിടമാണ്.

ഹരിതഗൃഹപ്രഭാവവും ആഗോളതാപനവും

സൂര്യനിൽ നിന്നുള്ള താപത്തെ പിടിച്ചുനിർത്തുന്ന പുതപ്പുപോലെ അന്തരീക്ഷം പ്രവർത്തിക്കുന്നു. ഭൗമോപരിതലവും സമുദ്രങ്ങളുമെല്ലാം പകൽസമയത്ത് സൂര്യനിൽ നിന്ന് ഭൂമിയിലെത്തുന്ന കിരണങ്ങളെ ആഗിരണം ചെയ്യുകയും രാത്രിസമയത്ത് ഇത് തിരിച്ച് പുറംതള്ളുകയും ചെയ്യുന്നു. ഭൂമിയുടെ അന്തരീക്ഷത്തിലെ വിവിധവാതകങ്ങൾ ഇതിനെ പിടിച്ചുനിർത്തി ഒരുഭാഗം മാത്രം ബഹിരാകാശത്തേക്ക് തിരിച്ചയക്കുന്നു. അന്തരീക്ഷമില്ലായിരുന്നെങ്കിൽ ഭൂമിയിലെ താപനില -18 ഡിഗ്രിമാത്രമായിരുന്നേനെ. ഇത്തരത്തിൽ താപത്തെ പിടിച്ചുനിർത്തുന്ന പ്രതിഭാസമാണ് ഹരിതഗൃഹപ്രഭാവം എന്നറിയപ്പെടുന്നത്. കാർബൺ ഡയോക്സൈഡ്, മീഥേൻ, നൈട്രസ് ഓക്സൈഡ്, ജലബാഷ്പം തുടങ്ങിയവയെല്ലാം ഹരിതഗൃഹ വാതകങ്ങളാണ്. ഹരിതഗൃഹവാതകങ്ങളുടെ അളവിലുണ്ടാകുന്ന വർധനവ് ഹരിതഗൃഹപ്രഭാവം വർധിക്കാനും അതുവഴി ആഗോളതാപനത്തിനും കാരണമാകുന്നു. കാർബൺ ഡയോക്സൈഡ് ആണ് ഏറ്റവും കൂടിയ അളവിൽ അന്തരീക്ഷത്തിലുള്ള ഹരിതഗൃഹ വാതകം. മാത്രമല്ല ഇത് നൂറ്റാണ്ടുകളോളം അന്തരീക്ഷത്തിൽ നിലനിൽക്കുകയും ചെയ്യുന്നു. മീഥേന് താരതമ്യേന ആയുസ്സ് കുറവാണ്. ക്ലോറോഫ്ലൂറോ കാർബണുകൾക്ക് സ്ഥിരത കൂടുതലായതിനാൽ അവ ആയിരക്കണക്കിന് വർഷങ്ങൾ അന്തരീക്ഷത്തിൽ നിലനിൽക്കും. മനുഷ്യജീവിതവുമായി ബന്ധപ്പെട്ട എല്ലാത്തരം പ്രവർത്തനങ്ങളും ഹരിതഗൃഹ വാതകങ്ങളെ പുറംതള്ളുന്നുണ്ട്. ഇതിൽ പ്രധാനം കാർബൺ ഡയോക്സൈഡ് തന്നെ. കൽക്കരി, പെട്രോളിയം, പ്രകൃതിവാതകം തുടങ്ങിയ ഫോസിൽ ഇന്ധനങ്ങളുടെ ജ്വലനമാണ് തൊണ്ണൂറ് ശതമാനത്തിലധികം കാർബൺ ഡയോക്സൈഡ് ഉത്സർജ്ജനത്തിന്റെയും കാരണം. കാർബൺ ഡയോക്സൈഡിനെ ആഗിരണം ചെയ്ത്

സംഭരിച്ച് വെക്കാൻ കഴിയുക മരങ്ങൾക്കാണ്. എന്നാൽ വനവിസ്തൃതിയിലുണ്ടാകുന്ന കുറവ് ഈ സാധ്യതയും ഇല്ലാതാക്കുന്നു. ജൈവവസ്തുക്കൾ അഴുകുമ്പോൾ മീഥേൻ ഉണ്ടാകുന്നു. കൃഷിയും, കന്നുകാലി വളർത്തലും, മാലിന്യക്കൂമ്പാരങ്ങളുമൊക്കെ മീഥേൻ പുറത്തുവിടുന്നു. മാലിന്യങ്ങളിൽ നിന്നും നൈട്രജൻ വളങ്ങളിൽ നിന്നും നൈട്രസ് ഓക്സൈഡ് ഉണ്ടാകുന്നു. ഇവയുടെ അളവിലുണ്ടാകുന്ന വർധനവ് ആഗോളതലത്തിലുള്ള ശരാശരി താപനിലകൂടാനിടയാക്കുന്നു. 1880 നും 2012 നുമിടയിൽ താപനില 0.85 ഡിഗ്രി വർദ്ധിച്ചിരിക്കുന്നു. ഉയർന്ന താപനില സമുദ്രജലം കൂടുതൽ ബാഷ്പീകരിക്കാനും, അത് വഴി പേമാരികൾക്കും, പ്രളയങ്ങൾക്കും, ചുഴലിക്കാറ്റുകൾക്കുമൊക്കെ കാരണമാകുന്നു. കൂടുതൽ കടുത്ത വേനലും വരൾച്ചയും ആഗോളതാപനത്തിന്റെ ഭാഗമായുള്ള കാലാവസ്ഥാമാറ്റങ്ങളുടെ ഫലം തന്നെ. ധ്രുവങ്ങളിലെ മഞ്ഞുരുകുന്നതും സമുദ്രനിരപ്പുയർന്ന് താഴ്ന്ന പ്രദേശങ്ങളും ദ്വീപുകളും മുങ്ങിപ്പോകുന്നതും സങ്കൽപ്പത്തിനപ്പുറം യാഥാർത്ഥ്യമായി മുന്നിലെത്തിക്കഴിഞ്ഞു. കഴിഞ്ഞ വർഷത്തെ പ്രളയം പോലും കാലാവസ്ഥാവ്യതിയാനത്തിന്റെ സൃഷ്ടിയാണെന്ന് പഠനങ്ങൾ സൂചിപ്പിക്കുന്നു.

ഓസോൺ ദ്വാരവും ക്ലോറോഫ്ലൂറോ കാർബണുകളും

അന്തരീക്ഷത്തിന്റെ രണ്ടാം പാളിയായ സ്ട്രാറ്റോസ്ഫിയറിൽ ഓക്സിജൻ തന്മാത്രകളുടെ വിഘടനം വഴി ഓസോൺ തന്മാത്രകൾ ഉണ്ടാകുന്നു. സൂര്യനിൽ നിന്നുള്ള ഊർജ്ജം കൂടിയ അൾട്രാവയലറ്റ് രശ്മികളെ ഭൂമിയിലെത്താതെ തടയുന്നത് സ്ട്രാറ്റോസ്ഫിയറിലെ ഈ ഓസോൺ പാളിയാണ്. എന്നാൽ ക്ലോറോഫ്ലൂറോകാർബണുകൾ ഉൾപ്പടെയുള്ള വിവിധ രാസവസ്തുക്കൾ വിഘടിക്കാതെ സ്ട്രാറ്റോസ്ഫിയറിലെത്തുകയും അവിടെ വെച്ച് വിഘടിച്ച് ഫ്രീ റാഡിക്കലുകൾ ഉണ്ടാവുകയും ചെയ്യുന്നു. ഇത് ഓസോൺ തന്മാത്രകളെ വിഘടിപ്പിച്ച് ഓസോൺ നാശനത്തിന് കാരണമാകുന്നു. ഒരു ക്ലോറിൻ റാഡിക്കലിന് പത്തുലക്ഷം ഓസോൺ തന്മാത്രകളെ നശിപ്പിക്കാനാവും. തണുപ്പുകൂടിയ ധ്രുവപ്രദേശങ്ങളിൽ ഓസോൺ നാശത്തിന്റെ അളവ് കൂടുതലായിരിക്കും. ഓസോൺ സാന്ദ്രതയിലുള്ള കുറവ് ഹാനികരമായ അൾട്രാവയലറ്റ് രശ്മികൾ ഭൂമിയിൽ എത്താനും അതുവഴി ത്വക്ക് കാൻസർ, ത്വഗ്രോഗങ്ങൾ, കാഴ്ച്ചത്തകരാറുകൾ തുടങ്ങിയവക്കും കാരണമാകുന്നു. മോണ്ട്രിയൽ ഉടമ്പടിയുടെ ഭാഗമായി ക്ലോറോഫ്ലൂറോ കാർബണുകളുടെ ഉപയോഗം നിയന്ത്രിച്ചത് ഓസോൺ പാളിയുടെ

ആരോഗ്യം സാവധാനമെങ്കിലും വീണ്ടെടുക്കാൻ സഹായിക്കുന്നുണ്ട്. പരിസ്ഥിതി പ്രശ്നങ്ങളിൽ ബോധപൂർവ്വമായ ഇടപെടലുകൾ ഫലം ചെയ്യും എന്നതിനുള്ള നല്ല തെളിവാണിത്.

പുകമഞ്ഞും ആസിഡ് മഴയും

വാഹനങ്ങളുടെ പുകയും വ്യവസായങ്ങളിൽ നിന്നുള്ള അവശിഷ്ടവാതകങ്ങളുമെല്ലാമാണ് പുകമഞ്ഞിന് കാരണമാകുന്നത്. നൈട്രജന്റെ വിവിധ ഓക്സൈഡുകൾ, എളുപ്പത്തിൽ ബാഷ്പീകരിക്കുന്ന ഓർഗാനിക് സംയുക്തങ്ങൾ, ഓസോൺ തുടങ്ങിയവയെല്ലാം ചേർന്നുണ്ടാകുന്ന പുകരൂപത്തിലുള്ള മിശ്രിതമാണ് പുകമഞ്ഞ് അഥവാ സ്മോഗ്. കാഴ്ചാതടസ്സം, ശ്വാസം മുട്ടൽ, ബ്രോങ്കൈറ്റിസ്, ആസ്ത്മ, കാൻസർ തുടങ്ങിയവക്ക് കാരണമാകുന്നു. നൈട്രജന്റെയും സൾഫറിന്റെയും ഓക്സൈഡുകൾ ജലത്തിൽ ലയിച്ച് സൾഫ്യൂരിക് ആസിഡും നൈട്രിക് ആസിഡും ഉണ്ടാകുന്നു. ഇത് ജലത്തോടൊപ്പം കലർന്നാണ് ആസിഡ് മഴ ഉണ്ടാകുന്നത്. സസ്യങ്ങൾ, ജലജീവികൾ, കെട്ടിടങ്ങൾ എന്നിവയുടെയെല്ലാം നാശത്തിന് ആസിഡ് മഴ കാരണമാകുന്നു.

വായുമലിനീകരണത്തിന്റെ ദോഷഫലങ്ങൾ

ശ്വാസതടസ്സം മുതൽ കാൻസർ വരെ വിവിധ അസുഖങ്ങൾ ഉണ്ടാക്കാൻ വായുമലിനീകരണം കാരണമാകുന്നു. പ്രതിവർഷം എഴുപത് ലക്ഷത്തിലധികം പേരുടെ മരണത്തിനും ഇത് കാരണമാകുന്നുണ്ട് ഹൃദ്രോഗം, സ്ട്രോക്ക് പ്രമേഹം എന്നിവക്കും വായുമലിനീകരണം കാരണമാണെന്ന് പഠനങ്ങൾ തെളിയിക്കുന്നു. ശ്വാസകോശാർബുദം വർദ്ധിക്കുന്നതിനും കുട്ടികളിൽ രക്തസമ്മർദ്ദം ഉയരുന്നതിനും നവജാത ശിശുക്കളിൽ തൂക്കക്കുറവുണ്ടാകുന്നതിനുമെല്ലാം പിന്നിൽ വായുമലിനീകരണത്തിന്റെ സ്വാധീനമുണ്ട്. ഓട്ടിസവും ഷിസോഫ്രീനിയയുമെല്ലാം ഉണ്ടാക്കുന്നതിന് തുല്യമായ നാശം കുട്ടികളുടെ തലച്ചോറിനുണ്ടാക്കാൻ വായുമലിനീകരണത്തിന് കഴിയുമെന്ന് ഒരു പഠനം സൂചിപ്പിക്കുന്നു. ഓർമ്മക്കുറവ്, സ്മൃതിനാശം എന്നിവക്കും കാരണമാകുന്ന വായുമലിനീകരണം അത്ര നിസ്സാരമല്ല.

എന്ത് ചെയ്യാനാവും?

നമ്മുടെ ഊർജ്ജോപഭോഗനയമാണ് പ്രധാനമായും തിരുത്തപ്പെടേണ്ടത്. ഫോസിൽ ഇന്ധനങ്ങളെ ആശ്രയിക്കുന്നത് കുറച്ച് കാറ്റ്, സൂര്യപ്രകാശം, തിരമാല തുടങ്ങിയ പുതുക്കാനാവുന്ന

ഊർജ്ജസ്രോതസ്സുകൾ കൂടുതലായിഉപയോഗിക്കേണ്ടതുണ്ട്. അനിയന്ത്രിത വിഭവോപഭോഗം അനിയന്ത്രിതമായ ഊർജ്ജ വിനിയോഗത്തിന് കാരണമാകുമെന്നും ഓർക്കേണ്ടതുണ്ട്. വികസിത രാജ്യങ്ങളുടെ അനിയന്ത്രിത ഉപഭോഗത്തിന്റെ പിഴ പലപ്പോഴും പേറേണ്ടിവരുന്നത് ദരിദ്രരാജ്യങ്ങളാണ്. വികസനത്തിന്റെ പേരിൽ കാർബൺ ഉത്സർജ്ജനം കുറക്കാൻ തയ്യാറാകാതിരുന്ന അമേരിക്ക, ട്രംപ് അധികാരമേറ്റതോടുകൂടി കാലാവസ്ഥാമാറ്റം സംബന്ധിച്ച ആഗോള ഉടമ്പടികളിൽ നിന്ന് പിന്മാറുകയും ചെയ്യുന്നു. സുസ്ഥിര വികസനം നയമായി സ്വീകരിക്കപ്പെടുകയും കൂടുതൽ ഹരിതമായ നിർമ്മാണ രീതികളും, യാത്രാമാർഗ്ഗങ്ങളും സ്വീകരിക്കുകയും ചെയ്യേണ്ടതുണ്ട്. വാഹനങ്ങളിൽ നിന്നും ഫാക്ടറികളിൽ നിന്നുമുള്ള ഉത്സർജ്ജനങ്ങൾ സംബന്ധിച്ച് കൃത്യമായ മാനദണ്ഡങ്ങളുണ്ടാവുകയും അത് പാലിക്കപ്പെടുകയും വേണം. വനനശീകരണം തടയാനും വനവിസ്തൃതി നിലനിർത്താനുമുള്ള ശ്രമങ്ങളും ഊർജ്ജിതമാകണം. അഞ്ചോ പത്തോ വർഷങ്ങൾ കൊണ്ടൊന്നും വായുമലിനീകരണത്തിന് പരിഹാരം കാണാൻ കഴിയില്ലെങ്കിലും ദീർഘകാല ശ്രമങ്ങൾ ഫലം കാണുക തന്നെ ചെയ്യുമെന്ന് ബെയ്ജിങ്ങിനെപ്പോലുള്ള ഉദാഹരണങ്ങൾ കാണിക്കുന്നു. വരുന്ന തലമുറകൾക്ക് സൗജന്യവും സ്വതന്ത്രവുമായി ശ്വസിക്കാൻ കഴിയട്ടെ.

പ്രളയങ്ങൾ നിർമ്മിക്കപ്പെടുന്നതെങ്ങനെ

കേരളം കഴിഞ്ഞ നൂറുവർഷത്തിനിടെയുണ്ടായ ഏറ്റവും വലിയ ദുരന്തത്തിലൂടെ കടന്നുപോന്നു കഴിഞ്ഞിരിക്കുന്നു. സ്വന്തം വീടുകളിൽ നിന്ന് പുറത്താക്കപ്പെട്ട പന്ത്രണ്ട് ലക്ഷത്തില ധികം മനുഷ്യരെ സൃഷ്ടിച്ച് പ്രളയം പെയ്തൊഴിഞ്ഞു. കേരളത്തിലെ മഴയുടെ ബെഞ്ച് മാർക്കായി പഴമക്കാർ എണ്ണിയിരുന്ന തൊണ്ണൂ റ്റൊമ്പതിലെ വെള്ളപ്പൊക്കത്തേയും മറികടന്നിരിക്കുന്നു 2018 ലെ മഹാപ്രളയം. തകർന്നുപോയ വീടുകളിലൂടെയും, ഗതാഗത സംവി ധാനങ്ങളിലൂടെയും, കൃഷിക്കും മൃഗസമ്പത്തിനുമുണ്ടായ നാശത്തിലൂ ടെയും അനേകായിരം കോടികളുടെ നഷ്ടമാണ് ഈ പ്രകൃതിദുരന്തം കേരളത്തിലെ ജനങ്ങൾക്ക് മേൽ കെട്ടിവെച്ചിരിക്കുന്നത്. അതിന്റെ സാമൂഹിക, സാമ്പത്തിക, അനുബന്ധ രാഷ്ട്രീയ പ്രത്യാഘാതങ്ങൾ ഇനിയും വെളിപ്പെടാൻ ഇരിക്കുന്നതേയുള്ളൂ. കേരള നവോത്ഥാനത്തി നും ഐക്യകേരളപ്പിറവിക്കും ശേഷം ആദ്യമായി സംസ്ഥാനത്തി ന്റെ തകർന്നുപോയ സ്വപ്നങ്ങളെയാകെ വീണ്ടും പടുത്തുയർത്തേണ്ട സാഹചര്യം കൂടിയാണ് സംജാതമായിരിക്കുന്നത്. പാരിസ്ഥിതിക സുസ്ഥിരതയിൽ ഊന്നിയ ഭാവി കേരളത്തെ പടുത്തുയർത്താനുള്ള അവസരമായിക്കൂടി ഈ പുനസൃഷ്ടി പ്രക്രിയയെ ഉപയോഗപ്പെടുത്തേ ണ്ടതുണ്ട്. ഒപ്പം കേരളത്തിന്റെ ഭൂപ്രകൃതിയും മഴയും തമ്മിൽ നിലനി ന്നിരുന്ന പാരിസ്ഥിതിക സന്തുലാവസ്ഥയിൽ വ്യതിയാനം സംഭവി ച്ചിട്ടുണ്ടോ എന്നും പരിശോധിക്കേണ്ടി വരും. അതുകൊണ്ട് തന്നെ നിർമ്മാണവിദഗ്ധരും, എഞ്ചിനീയർമാരും, പ്രകൃതിശാസ്ത്രജ്ഞരും

എല്ലാമടങ്ങുന്ന ശാസ്ത്ര/സാങ്കേതിക ലോകത്തിനു മേൽവലിയ ചുമതലകൾ ഈ പ്രളയം അർപ്പിക്കുന്നു.

കേരളത്തിന്റെ കാലാവസ്ഥയും, മഴയും

ഭൂമധ്യരേഖയിൽ നിന്ന് എട്ടു ഡിഗ്രി മുതൽ പന്ത്രണ്ട് ഡിഗ്രീ വരെ മാത്രം വടക്കായി കിടക്കുന്ന കേരളം യഥാർത്ഥത്തിൽ ഉഷ്ണമേഖലാ പ്രദേശമാണെന്ന് പറയേണ്ടി വരും. ഭൂമധ്യരേഖക്ക് ഇരുപുറവും പത്ത് ഡിഗ്രി വരെ വ്യാപിച്ചുകിടക്കുന്ന, സൂര്യപ്രകാശം നേരിട്ട് കുത്തനെ പതിക്കുന്ന, ചൂടുകാരണം വായു സാന്ദ്രത കുറഞ്ഞിരിക്കുന്ന ഭൂമധ്യരേഖാ ന്യൂനമർദ്ദ മേഖലയിലാണ് കേരളത്തിന്റെ സ്ഥാനം. എന്നാൽ പടിഞ്ഞാറേയറ്റത്തായി നീണ്ടുകിടക്കുന്ന സമുദ്രതീരവും കിഴക്കേയറ്റത്ത് ഊക്കേറും പ്രകൃതി കെട്ടിയ കോട്ടപോലെ നിലകൊള്ളുന്ന സഹ്യപർവതവും ചേർന്ന് ഭൂമധ്യരേഖാ പ്രദേശങ്ങളിൽ സാധാരണ കണ്ടുവരുന്നതിൽ നിന്ന് വിഭിന്നമായ, മഴകൊണ്ട് ആർദ്രമായതും അധികം ചൂടോ തണുപ്പോ ഇല്ലാത്തതുമായ മിതശീതോഷ്ണ കാലാവസ്ഥ കേരളത്തിന് നൽകിയിട്ടുണ്ട്. സമുദ്രസാമീപ്യം കൊണ്ടുള്ള അന്തരീക്ഷവായുവിലെ ഉയർന്ന ഈർപ്പവും (ആർദ്രത-Humidity) താപനിലയിൽ വലിയ ഏറ്റക്കുറച്ചിലുകൾ ഇല്ലാതെ സംരക്ഷിക്കുന്നു. മൺസൂൺ കാറ്റുകളുടെ ഫലമായുണ്ടാകുന്ന രണ്ട് മഴക്കാലങ്ങളും വേനൽക്കാലത്ത് ലഭിക്കുന്ന ഇടമഴയും കൂടി പച്ചപ്പാർന്ന ഒരു ഭൂപ്രകൃതിയും സൃഷ്ടിച്ചിരിക്കുന്നു. അതിയായ ചൂടോ തണുപ്പോ ഇല്ലാത്തതും മറ്റ് പ്രകൃതി ദുരന്തങ്ങൾക്കുള്ള സാധ്യത കുറവായതും ഈ സവിശേഷ കാലാവസ്ഥ കാരണം തന്നെയാണ്. എന്നാൽ കടലും അതിലേക്കൊഴുകുന്ന നാൽപ്പത്തിനാല് നദികളും ചേർന്ന് സൃഷ്ടിക്കുന്ന ജലചംക്രമണ വ്യവസ്ഥ അപൂർവ്വം സാഹചര്യങ്ങളിൽ സംഭവിക്കുന്ന കടുത്ത കാലാവസ്ഥാവ്യതിയാനങ്ങളെ പ്രളയദുരന്തമാക്കി മാറ്റാൻ പോന്നതാണ്.

പ്രകൃതിയിലെ ഏറ്റവും പ്രധാന സാന്ദ്രീകരണ പ്രക്രിയയാണ് മഴ. സമുദ്രത്തിനു മുകളിൽ പതിക്കുന്ന സൂര്യപ്രകാശം സമുദ്രജലത്തെ ചൂടാക്കുകയും ബാഷ്പീകരിച്ച് നീരാവിയാക്കി മാറ്റുകയും ചെയ്യുന്നു. ചൂടുകൂടിയ വായുവിന് തണുത്ത വായുവിനേക്കാൾ സാന്ദ്രത കുറവായതിനാൽ അത് ഈ നീരാവിയേയും വഹിച്ച് മുകളിലേക്ക് ഉയരുന്നു. സമുദ്രനിരപ്പിന് മുകളിലേക്ക് പോകുംതോറും താപനില കുറഞ്ഞുകുറഞ്ഞു വരുന്നു. മുകളിലെത്തിയാൽ ഉയരുന്ന വായു തണുക്കുന്നു. തണുത്ത വായുവിന് ചൂടുള്ള വായുവിന്റെയത്ര നീരാവിയെ ഉൾക്കൊള്ളാനുള്ള

കഴിവില്ല. അതുകൊണ്ട് ഉയരത്തിലെത്തുമ്പോൾ തണുത്തവായുവിന് ഉൾക്കൊള്ളാവുന്നതിൽ അധികമുള്ള ജലകണികകൾ ഘനീഭവിച്ച് മേഘങ്ങൾ രൂപപ്പെടുന്നു. അന്തരീക്ഷത്തിലെ പൊടിപടലങ്ങൾ കേന്ദ്രമാക്കി വെള്ളത്തുള്ളികളുടെ ഘനീകരണം നടന്നാണ് മേഘങ്ങളായി മാറുന്നത്. എന്നാൽ തുടർച്ചയായ ഘനീകരണം നടക്കുമ്പോൾ, ഒരു പരിധികഴിയുമ്പോൾ ഈ വെള്ളത്തുള്ളികൾ പരസ്പരം കൂടിച്ചേരുകയും മേഘത്തിന് ഉൾക്കൊള്ളാനാവാതെ താഴേക്ക് മഴയായി പതിക്കുകയും ചെയ്യുന്നു. ഇങ്ങനെ, കടലിൽ നിന്ന് ചൂടേറ്റ് നീരാവിയായി മുകളിലേക്കുയരുന്ന ജലം മഴയും മഞ്ഞുമായി തിരിച്ച് ഭൂമിയിലേക്ക് തന്നെ എത്തുന്നു. പലവട്ടം ആവർത്തിക്കുന്ന ഈ നിരന്തരപ്രക്രിയ, ജലചക്രമാണ് ഭൂമിയിലെ ജീവന്റെ വികാസത്തിന് കാരണമായതും ഇപ്പോഴും നിലനിർത്തുന്നതും.

കാലാവസ്ഥയെ നിർണ്ണയിക്കുന്നതിൽ സുപ്രധാന സ്ഥാനമുള്ള മറ്റൊന്നാണ് കാറ്റുകൾ. ചൂടുകൂടുതലുള്ള ഇടങ്ങളിൽ വായുമർദ്ദം കുറവും ചൂടുകുറഞ്ഞ ഇടങ്ങളിൽ മർദ്ദം കൂടുതലുമായിരിക്കും. ഈ മർദ്ദ വ്യത്യാസത്തെ ഇല്ലാതാക്കാനുള്ള പ്രകൃതിയുടെ ഉപായമാണ് കാറ്റ്. ഉയർന്ന മർദ്ദമുള്ളയിടങ്ങളിൽ നിന്ന് താഴ്ന്നമർദ്ദമുള്ളയിടങ്ങളിലേക്കുള്ള വായുവിന്റെ ഒഴുക്കാണിത്. സൂര്യപ്രകാശത്തിന്റെ വിതരണവും അന്തരീക്ഷമർദ്ദവും അനുസരിച്ച് ഭൂമിയെ വിവിധമർദ്ദമേഖലകളായി തിരിച്ചിട്ടുണ്ട്. കാറ്റുകളുടെ സ്വഭാവം ഈ മർദ്ദ മേഖലകളുമായി വളരെയേറെ ബന്ധപ്പെട്ടിരിക്കുന്നു. കാറ്റുകളുടെ സ്വഭാവമനുസരിച്ച് അവയെ സ്ഥിരവാതങ്ങൾ, കാലികവാതങ്ങൾ, പ്രാദേശികവാതങ്ങൾ, അസ്ഥിരവാതങ്ങൾ എന്നിങ്ങനെ പലതായി തിരിച്ചിട്ടുണ്ട്. സ്ഥിരവാതങ്ങൾ മർദ്ദ മേഖലകൾക്കിടയിൽ വർഷം മുഴുവൻ സ്ഥിരമായി വീശിക്കൊണ്ടിരിക്കുന്ന കാറ്റുകളാണ്. പ്രാദേശികവാതങ്ങൾ ഒരു പ്രത്യേകപ്രദേശത്ത് ചൂടിലും അന്തരീക്ഷമർദ്ദത്തിലുമുണ്ടാകുന്ന മാറ്റങ്ങളെ മാത്രം ആശ്രയിച്ചിരിക്കുന്നു. ഋതുക്കളിലുണ്ടാകുന്ന മാറ്റമനുസരിച്ച് കരയും ജലവും ചൂടാകുകയും തണുക്കുകയും ചെയ്യുന്നതിന്റെ ഫലമായി രൂപപ്പെടുന്ന കാറ്റുകളാണ് കാലിക വാതങ്ങൾ. കരയും വെള്ളവും ചൂടുപിടിക്കുകയും തണുക്കുകയും ചെയ്യുന്നത് ഒരു പോലെയല്ല. കര വേഗത്തിൽ ചൂടാകുകയും തണുക്കുകയും ചെയ്യുന്നു. വെള്ളമാവട്ടെ വളരെ പതുക്കെ ചൂടായി സമയമെടുത്ത് മാത്രം തണുക്കുന്നു. ഇവക്കിടയിലെ അസന്തുലിതാവസ്ഥയാണ് കാലിക വാതങ്ങളുടെ പിറവിക്ക് പിന്നിൽ. കാലിക

വാതങ്ങൾ സൂര്യപ്രകാശം, താപനില, അന്തരീക്ഷമർദ്ദം എന്നിവയുമായൊക്കെ ബന്ധപ്പെട്ടിരിക്കുന്നു. കേരളത്തിൽ മഴപെയ്യിക്കുന്ന തെക്കുപടിഞ്ഞാറൻ, വടക്കുകിഴക്കൻ മൺസൂൺ കാറ്റുകളാണ് കാലികവാതങ്ങൾക്ക് ഏറ്റവും നല്ല ഉദാഹരണം. മാർച്ച്, ഏപ്രിൽ മാസങ്ങളിൽ ഉത്തരാർദ്ധഗോളത്തിലെ കരഭാഗങ്ങളിൽ ശക്തമായ സൂര്യപ്രകാശം പതിക്കുന്നതുകൊണ്ട് ഉത്തരേന്ത്യയിൽ വായു ചൂടുപിടിച്ച് ഒരു ന്യൂനമർദ്ദമേഖല രൂപപ്പെടുന്നു. എന്നാൽ ഇതേ സമയം ഇന്ത്യൻമഹാസമുദ്രത്തിൽ താരതമ്യേന ഉയർന്ന മർദ്ദമാണ്. സമുദ്രത്തിൽ നിന്ന് നീരാവിയും വഹിച്ചുകൊണ്ട് കാറ്റ് ഉത്തരേന്ത്യയിലെ ന്യൂനമർദ്ദ മേഖലയിലേക്ക് നീങ്ങുന്നു. ഭൂമിയുടെ കറക്കം കാരണം തെക്കുപടിഞ്ഞാറ് ദിശയിലേക്ക് വഴിമാറുന്ന ഈ കാറ്റുണ്ടാക്കുന്ന മഴക്കാലമാണ് നമ്മുടെ ഇടവപ്പാതി അഥവാ തെക്കുപടിഞ്ഞാറൻ മൺസൂൺ. വഴിതടഞ്ഞുനിൽക്കുന്ന സഹ്യപർവ്വതത്തെ മറികടക്കാനായി നീരാവിനിറഞ്ഞ വായുവിന് ഉയർന്നുപൊങ്ങേണ്ടിവരുന്നു. ഉയരം കൂടുമ്പോൾ വായുവിന് തണുപ്പും കൂടുമെന്നാണല്ലോ. തണുക്കുമ്പോൾ ഘനീഭവിക്കുന്ന നീരാവി മഴയായി ആദ്യം കേരളത്തിൽ പെയ്തിറങ്ങുന്നു. അതേ സമയം തൊട്ടടുത്ത് കിടക്കുന്ന തമിഴ്നാട്ടിൽ സഹ്യപർവ്വതത്തിന്റെ കിഴക്കേ ചരിവിൽ മഴ ലഭിക്കുന്നുമില്ല. തണുപ്പുകാലത്ത് ഭൂമിയുടെ വടക്കേ പകുതിയിൽ കര തണുക്കുന്നു, ഇതേസമയം ദക്ഷിണാർദ്ധഗോളത്തിലെ സമുദ്രത്തിൽ ചൂട് കൂടുതലായിരിക്കും. കരയിൽ നിന്ന് മർദ്ദം കുറഞ്ഞ സമുദ്രത്തിലേക്ക് വടക്കുകിഴക്ക് ദിശയിൽ കാറ്റ് വീശുന്നു. വൈകുന്നേരങ്ങളിൽ ഇടിയോടെ പെയ്യുന്ന ഈ മഴയാണ് വടക്കുകിഴക്കൻ മൺസൂൺ അഥവാ തുലാവർഷം. കരയിൽ നിന്ന് കടലിലേക്ക് വീശുന്ന ഈ മൺസൂൺ കാറ്റ് പാലക്കാടൻ ചുരത്തിലൂടെയും സഹ്യപർവ്വതത്തിന്റെ ഉയരം കുറഞ്ഞഭാഗങ്ങളിലൂടെയും മാത്രമാണ് കേരളത്തിലെത്തുന്നത്. അത് കൊണ്ട് തന്നെ തുലാമഴയുടെ ചെറിയൊരു പങ്കേ കേരളത്തിന് കിട്ടുന്നുള്ളൂ.

സമുദ്രജലത്തിന്റെ ബാഷ്പീകരണം നടക്കുമ്പോൾ എല്ലാ സ്ഥലത്തും ഉള്ള നീരാവിയുടെ വിതരണം ഒരുപോലെയായിരിക്കില്ല. ഇത് മർദ്ദം കുറഞ്ഞതും കൂടിയതുമായ മേഖലകൾ സൃഷ്ടിക്കുന്നു. തുടർച്ചയായ ബാഷ്പീകരണം നീരാവി നിറഞ്ഞ ചൂടുവായുവിനെ മേലോട്ട് തള്ളുന്നു. കൂടുതൽ കൂടുതൽ ബാഷ്പീകരണം നടന്ന് വലിയ അളവിൽ നീരാവി നിറഞ്ഞ വായു മുകളിലേക്കുയർന്ന് ഒരു ന്യൂനമർദ്ദമേഖല കടലിനുമുകളിൽ രൂപപ്പെടുന്നു. ചുറ്റുമുള്ള മർദ്ദം കൂടിയ

മേഖലകളിൽ നിന്ന് നീരാവി നിറഞ്ഞ വായു ന്യൂനമർദ്ദമേഖലയിലേക്ക് തള്ളിക്കയറുന്നു. കൊറിയോലിസ് പ്രഭാവം മൂലം ഇത് വെള്ളത്തിലെ ചുഴിപോലെ ചുഴലിരൂപത്തിലാകുന്നു. അന്തരീക്ഷത്തിലെ പ്രതിഭാസങ്ങൾക്കനുസരിച്ച്, ആയിരത്തിലധികം കിലോമീറ്റർ വരെ ഈ ചുഴലിക്ക് വ്യാസമുണ്ടാവാം. കാറ്റിന്റെ ഗതിക്കനുസരിച്ച് ഈ ചുഴലിക്കാറ്റ് വൻവേഗതയിൽ സഞ്ചരിക്കുന്നു. സാധാരണയായി കരയിലെത്തുമ്പോൾ തണുത്ത് തീരദേശങ്ങളിൽ മാത്രം ശക്തികൂടിയ കാറ്റും മഴയുമായി ഇവ പെയ്തൊഴിയും. എന്നാൽ കടലിനുമുകളിൽ കൂടുതൽ സമയം നിലയുറപ്പിക്കുന്ന ചുഴലിക്കാറ്റുകൾ വലിയഅളവിൽ നീരാവി വലിച്ചെടുത്ത് അതിശക്തരായി മാറുന്നു. നൂറുകണക്കിന് കിലോമീറ്റർ വ്യാസവും മണിക്കൂറിൽ ഇരുന്നൂറുമുതൽ മുന്നൂറു വരെ കിലോമീറ്റർ വേഗതയുമുള്ള ഭീമൻ അന്തരീക്ഷച്ചുഴികളായി ഇവ രൂപപ്പെടും. പിന്നീട് അനുകൂലസാഹചര്യത്തിൽ കരയിലെത്തുമ്പോൾ കൊടുങ്കാറ്റും പേമാരിയുമായി കടുത്ത നാശം വിതക്കുന്നു. അസ്ഥിരവാതങ്ങളിൽ പെടുന്ന ചക്രവാതങ്ങൾ അഥവാ ചുഴലിക്കാറ്റുകളുടെ ഗതിയും സ്വഭാവവും മറ്റ് കാറ്റുകളെപ്പോലെ അത്രയെളുപ്പം പ്രവചിക്കാനാവില്ല. ആ സമയത്തെ പ്രാദേശിക കാലാവസ്ഥയും അവയുടെ ആഘാതത്തെ നിർണ്ണയിക്കുന്നു. ചക്രവാതങ്ങളിൽത്തന്നെ ഭൂമധ്യരേഖയോടടുത്ത പ്രദേശങ്ങളിൽ രൂപപ്പെടുന്ന ഉഷ്ണമേഖലാ ചക്രവാതങ്ങൾക്ക് താരതമ്യേന പ്രഹരശേഷി കൂടുതലാണ്.

പശ്ചിമഘട്ട സാമീപ്യം ഒരളവുവരെ ചുഴലിക്കാറ്റുകളിൽ നിന്ന് കേരളത്തെ രക്ഷിക്കുന്നുണ്ട്. ഭീഷണി കുറഞ്ഞ II A വിഭാഗത്തിലാണ് കേരളത്തിന്റെ സ്ഥാനം. ഉയർന്ന മർദ്ദമേഖലയിലേക്ക് ചുഴലിക്കാറ്റുകൾക്ക് പ്രവേശിക്കാൻ എളുപ്പമല്ല. പശ്ചിമഘട്ടം വായുപ്രവാഹത്തെ തടുക്കുന്നതിനാൽ നീരാവി നിറഞ്ഞ വായു തണുത്ത് കേരളത്തിൽ പൊതുവേ ഉയർന്ന വായുമർദ്ദം ഉണ്ടാവും. ഇത് ചക്രവാതങ്ങളിൽ നിന്ന് ഒരളവുവരെ നമ്മെ രക്ഷിക്കുന്നുണ്ട്. കേരളത്തിന്റെ തെക്കൻ പ്രദേശങ്ങളിൽ നാശം വിതച്ച ഓഖി പ്രവേശിച്ചത് പശിമഘട്ടത്തിന് ഉയരം കുറഞ്ഞ ഭാഗത്തുകൂടെയാണ്. മാത്രമല്ല കേരളതീരത്ത് നാശനഷ്ടങ്ങൾ പൊതുവേ കുറവായിരുന്നു താനും.

കേരളത്തിലെ പ്രളയം

ബംഗാൾഉൾക്കടൽ മേഖലയിൽ കഴിഞ്ഞ മെയ് മാസം മുതൽ തന്നെ തുടർച്ചയായി ന്യൂനമർദ്ദങ്ങൾ രൂപപ്പെട്ടിരുന്നു. തെക്കുപടിഞ്ഞാറൻ തീരപ്രദേശത്തുള്ള സ്ഥലങ്ങളിലായിരിക്കും ഇതിന്റെ

പ്രഭാവം കൂടുതലായി അനുഭവപ്പെടുക. അത് തെക്കുപടിഞ്ഞാറായി കിടക്കുന്ന കേരളത്തിൽ പെയ്യുന്ന മഴയുടെ അളവിനെ സ്വാധീനിച്ചിട്ടുണ്ട്. ശരാശരി വർഷപാതത്തേക്കാൾ 42 ശതമാനം അധികമഴ ഇതിനകം കേരളത്തിൽ ലഭിച്ചുകഴിഞ്ഞു. ജൂൺ, ജൂലൈ മാസങ്ങളിലെല്ലാം ലഭിച്ച മഴ ശരാശരിവർഷപാതത്തേക്കാൾ കൂടുതലായിരുന്നു. എന്നാൽ കണക്കുകളെല്ലാം തെറ്റിച്ചത് ആഗസ്റ്റ് 1 മുതൽ 19 വരെ പെയ്ത മഴയാണ്. 164% അധികമഴയാണ് ഈ കാലയളവിൽ കേരളത്തിനുമേൽ പെയ്തിറങ്ങിയത് എന്ന് ദേശീയ കാലാവസ്ഥാമന്ത്രാലയത്തിന്റെ പ്രതിവാര റിപ്പോർട്ട് സൂചിപ്പിക്കുന്നു (http://www.imd. gov. in/press_release/20180819_pr_311. pdf). പലസ്ഥലങ്ങളിലും രണ്ടോ മൂന്നോ ദിവസം കൊണ്ട് അമ്പത് സെന്റീമീറ്ററിലേറെ മഴപെയ്തു എന്ന് മാത്രമല്ല കേരളത്തിലങ്ങോളമിങ്ങോളം കടുത്ത മഴ പെയ്യുകയുമുണ്ടായി. പുഴകളുടെ വൃഷ്ടിപ്രദേശങ്ങളിലും താഴ്വരകളിലും ഒരേപോലെ പെയ്ത മഴയാണ് കേരളത്തെ പ്രളയത്തിൽ മുക്കിയത്. ഇന്ത്യക്ക് കുറുകെ സ്ഥിതിചെയ്യുന്ന മൺസൂൺ ഇടനാഴി (monsoon trough)യുടെ സ്ഥാനവും മഴയുടെ അളവിനെ സ്വാധീനിക്കുന്ന ഘടകമാണ്. സാധാരണ അവസ്ഥയിൽ മധ്യേന്ത്യയിൽ നിന്ന് അൽപ്പം വടക്കോട്ടുമാറിയാണ് ഇതിന്റെ സ്ഥാനം. ബംഗാൾ ഉൾക്കടലിൽ രൂപം കൊള്ളുന്ന ന്യൂനമർദ്ദങ്ങൾ ഈ ന്യൂനമർദ്ദഇടനാഴിയിലൂടെ പടിഞ്ഞാറോട്ട് സഞ്ചരിക്കുമ്പോൾ ഇതിന്റെ സ്വാധീനഫലമായി ഇന്ത്യയുടെ പടിഞ്ഞാറൻ തീരത്ത് ശക്തമായ കാറ്റുകളും ഒരു ഓഫ്ഷോർ ട്രഫും രൂപപ്പെടുന്നു. കിഴക്കോട്ട് വീശുന്ന ഈ കാറ്റുകളെ പശ്ചിമഘട്ടം തടഞ്ഞുനിർത്തുമ്പോൾ കനത്ത മഴ പെയ്യുന്നു. മൺസൂൺ ഇടനാഴിയുടെ സ്ഥാനം കൂടുതൽ തെക്കോട്ട് മാറുമ്പോൾ ലഭിക്കുന്ന മഴയുടെ ശക്തിയും കൂടുന്നു. ഈ പ്രതിഭാസം കേരളത്തിലെ മൺസൂണിനെ സ്വാധീനിച്ചിട്ടുണ്ടെന്നാണ് കാലാവസ്ഥാവിദഗ്ധരുടെ അഭിപ്രായം. ഇന്ത്യൻ മഹാസമുദ്രത്തിനും പസഫിക് സമുദ്രത്തിനുമിടയിൽ പടിഞ്ഞാറുനിന്ന് കിഴക്കോട്ടുള്ള കാറ്റിന്റെയും മേഘങ്ങളുടെയും മഴയുടേയും സഞ്ചാരമാണ് മാഡെൻ-ജൂലിയൻ ഓസിലേഷൻ. മുപ്പത് മുതൽ അറുപത് ദിവസം വരെ നീണ്ടുനിൽക്കുന്ന ഇതിന്റെ മൂർധന്യാവസ്ഥ കൂടിയായിരുന്നു കേരളത്തിൽ കനത്ത മഴ പെയ്ത സമയമെന്ന് കാലാവസ്ഥാഗവേഷണ രംഗത്തെ വിദഗ്ധർ പറയുന്നു. പ്രളയത്തിന്റെ കാരണത്തെക്കുറിച്ചുള്ള പ്രാഥമിക നിരീക്ഷണങ്ങൾ ഇവയാണെങ്കിലും വിശദമായ പഠനങ്ങൾക്ക് ശേഷമേ പൂർണ്ണചിത്രം ലഭ്യമാകൂ.

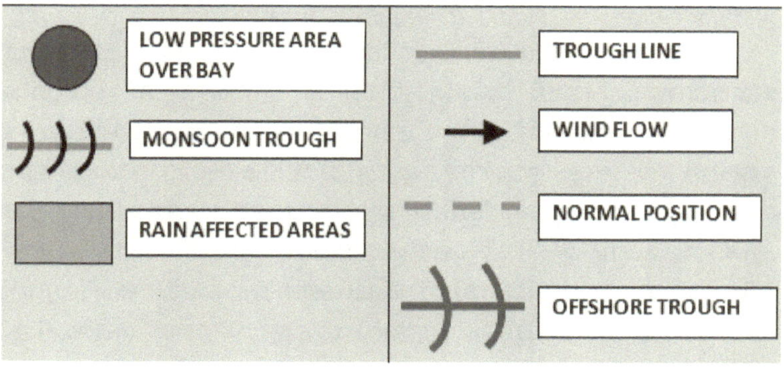

കടപ്പാട് http://weatherview.in/how-monsoon-trough-affects-monsoon-over-india/

പടിഞ്ഞാറോട്ട് ചരിഞ്ഞുകിടക്കുന്ന കേരളത്തിന്റെ ഭൂപ്രകൃതികാരണം പെയ്യുന്ന മഴയുടെ 70%വെള്ളവും നദികളിലൂടെ മണിക്കൂറുകൾക്കകം അറബിക്കടലിൽ എത്തും. കുളങ്ങളും ചിറകളും അടങ്ങുന്ന ജലസംഭരണികൾ കേരളത്തിൽ അങ്ങിങ്ങോളം നിർമ്മിക്കപ്പെട്ടത് ഈ പരിമിതിയെ മറികടന്ന് മഴവെള്ളത്തെ തടഞ്ഞു നിർത്താനായിരുന്നു. കുളങ്ങളിലെ വെള്ളം കൊണ്ട് നനച്ച് വളർത്തിയെടുത്തതാണ് കേരളത്തിന്റെ പ്രശസ്തമായ കാർഷികപാരമ്പര്യം. പൊതുവേ വരണ്ട സ്ഥലങ്ങളിൽ കുളങ്ങളുടെ സാന്ദ്രത കൂടുതലായിരുന്നു എന്നത് ഈ വസ്തുതയെ ശരിവെക്കുന്നുണ്ട്. എന്നാൽ ജനപ്പെരുപ്പവും വർദ്ധിച്ച നിർമ്മാണപ്രവർത്തനങ്ങളും നഗരവത്കരണത്തോടൊപ്പം ജലസ്രോതസ്സുകളെ ഇല്ലാതാക്കി. പുഴകളുടെയും തോടുകളുടെയും വഴികൾ ചുരുങ്ങുകയും ജലപ്രവാഹം ചെറിയ വ്യാപ്തത്തിലേക്ക് ചുരുങ്ങേണ്ടിവരികയും ചെയ്തു. ഒപ്പം ഉള്ള ചെറുതോടുകളിൽ പലതും അജൈവമാലിന്യവും മണ്ണും കൊണ്ട് ഒഴുക്ക് തടസ്സപ്പെട്ട അവസ്ഥയിലുമാണ്. പുഴയൊഴുകേണ്ട വഴികൾ മനുഷ്യൻ കൈവശപ്പെടുത്തുന്നത് വെള്ളപ്പൊക്കദുരന്തങ്ങൾക്ക് ആക്കം കൂട്ടുന്നുണ്ട്. തണ്ണീർത്തടങ്ങളും ചതുപ്പുകളും മഴയുടെ സംഭരണികളായി പ്രവർത്തിച്ചിരുന്നു. ഇവ നികത്തിയതും വെള്ളത്തിന്റെ പരമ്പരാഗത ജൈവവഴികളെ ഇല്ലാതാക്കി. മണ്ണിന് ഉൾക്കൊള്ളാവുന്നതിലധികം ജലം നിറയുമ്പോഴാണ് ഉരുൾപൊട്ടലുകൾ ഉണ്ടാകുന്നത്. ചെറുതും വലുതുമായി ഇരുന്നൂറിലധികം ഉരുൾപൊട്ടലുകൾ ഈ കാലയളവിൽ ഉണ്ടായി. ഉരുൾപൊട്ടലിൽ പുറത്തുവന്ന വെള്ളവും പെട്ടെന്നുള്ള ജലനിരപ്പുയരലിന് കാരണമായിട്ടുണ്ട്. മലയിടിക്കലും മലഞ്ചെരിവുകളിലുള്ള

നിർമ്മാണപ്രവർത്തനങ്ങളും ഉരുൾപൊട്ടലുകൾക്ക് കാരണമായി.

വെള്ളത്തിന്റെ സഞ്ചാരത്തിനനുസരിച്ചായിരുന്നു പണ്ടത്തെ ജനവാസകേന്ദ്രങ്ങൾ രൂപപ്പെടുത്തപ്പെട്ടിരുന്നത് എന്ന് പ്രാഥമിക നിരീക്ഷണം കൊണ്ട് തന്നെ മനസ്സിലാക്കാനാവും. താഴ്ന്ന പ്രദേശങ്ങളിൽ പാടങ്ങളും ഉയർന്ന കരകളിൽ വീടുകളും എന്നതായിരുന്നു രീതി. ഈ നിർമ്മാണരീതി വെള്ളത്തോടൊപ്പം ഒഴുകിയെത്തുന്ന എക്കൽകൊണ്ട് കൃഷിയിടങ്ങളെ പുഷ്ടിപ്പെടുത്തുകയും അതേ സമയം വീടുകളെ പ്രളയത്തിൽ നിന്ന് രക്ഷിക്കുകയും ചെയ്തു. തൊണ്ണൂറ്റൊമ്പതിലെ വെള്ളപ്പൊക്കം എന്നറിയപ്പെട്ട 1924ലെ പേമാരിയും പിൽക്കാലനിർമ്മാണ പ്രവർത്തനങ്ങളെ സ്വാധീനിച്ചിട്ടുണ്ടാവണം. ഈ വർഷത്തെ പേമാരിയുടെ സമയത്തും വടക്കൻ ജില്ലകളിലെ പഴയ ജനവാസസ്ഥലങ്ങൾ കാര്യമായി ബാധിക്കപ്പെട്ടിട്ടില്ല എന്ന് കാണാം, അണക്കെട്ടിൽ നിന്ന് വെള്ളം തുറന്നുവിട്ട സ്ഥലങ്ങളിലെ അവസ്ഥ വ്യത്യസ്തമാണെങ്കിലും. നൂറ്റാണ്ടുകൾ നീണ്ട പ്രകൃതി നിരീക്ഷണത്തിലൂടെ ജലത്തിന്റെയും സൂര്യപ്രകാശത്തിന്റെയും കാറ്റിന്റെയും വിതരണത്തെ അടിസ്ഥാനമാക്കിയാണ് ജനപദങ്ങൾ രൂപപ്പെട്ടത്. മനുഷ്യന്റെ ജൈവശരീരമാണ് പ്രകൃതി എന്ന മാർക്സിന്റെ നിരീക്ഷണം പ്രസക്തമാകുന്നതിവിടെയാണ്. എന്നാൽ ജനപ്പെരുപ്പവും നവസമ്പദ് വ്യവസ്ഥയും മുതലാളിത്തവും ഈ ജൈവ വ്യവസ്ഥയിൽ നിന്ന് മനുഷ്യനെ അന്യവത്കരിച്ചു. കേരളത്തിന്റെ പരമ്പരാഗത നിർമ്മാണരീതികളെ അട്ടിമറിച്ച് രൂപപ്പെട്ട പുഴയോരജീവിതം എന്ന പുതിയ ട്രെന്റ് എത്രത്തോളം ദുരന്തത്തിന്റെ ആഴം കൂട്ടി എന്ന് വിശദമായിത്തന്നെ പഠിക്കേണ്ടിയിരിക്കുന്നു.

അണക്കെട്ടുകളും വെള്ളപ്പൊക്കങ്ങളും

പ്രളയദുരന്തത്തെത്തുടർന്ന് ഏറെ പഴികേട്ടത് കേരളത്തിലെ അണക്കെട്ടുകളും അവയുമായി ബന്ധപ്പെട്ട വിദഗ്ധരുമാണ്. യഥാർത്ഥത്തിൽ പ്രളയദുരന്തത്തെ അടക്കിനിർത്താൻ അണക്കെട്ടുകൾ ഒരുപരിധി വരെ സഹായിച്ചിട്ടുണ്ട്. വൃഷ്ടിപ്രദേശങ്ങളിൽ പെയ്യുന്ന മഴയെ തടഞ്ഞുനിർത്തി ജലസേചനത്തിനും വൈദ്യുതി ഉത്പാദനത്തിനും ഉപയോഗിക്കുന്നതിനൊപ്പം തന്നെ കനത്തമഴ പെയ്യുമ്പോഴുള്ള വെള്ളത്തിന്റെ കുത്തൊഴുക്ക് ഒന്നിച്ച് പുഴകളിൽ എത്താതെ തടയാൻ അണക്കെട്ടുകൾ സഹായിക്കുന്നു. കേരളത്തിൽ ഒരാഴ്ചകൊണ്ട് പെയ്ത ഇരുനൂറ്റമ്പത് ശതമാനത്തിലധികം മഴയുടെ വലിയൊരു ഭാഗം താഴ്വരകളിലേക്കെത്താതെ അണക്കെട്ടുകൾ

തടഞ്ഞുവെച്ചു. പ്രവഹിക്കുന്ന ജലത്തിന്റെ അളവിനെ മാത്രമല്ല വേഗതയേയും നിയന്ത്രിക്കാൻ അണക്കെട്ടുകൾ സഹായിക്കുന്നുണ്ട്. എന്നാൽ സംഭരണശേഷിയുടെ പരിധി കടന്നപ്പോഴാണ് 33 അണക്കെട്ടുകൾ തുറക്കേണ്ടി വന്നത്. അണക്കെട്ടുകൾ ഇല്ലായിരുന്നെങ്കിൽ പ്രളയദുരന്തം ഇതിലും രൂക്ഷമാകുമായിരുന്നു എന്നതാണ് വാസ്തവം. അണക്കെട്ടുകൾക്കോ കേരളത്തിന്റെ ജലവഴികൾക്കോ ഉൾക്കൊള്ളാവുന്നതിന്റെ എത്രയോ മടങ്ങ് മഴയാണ് കുറച്ച് മണിക്കൂറുകൾക്കുള്ളിൽ പെയ്തിറങ്ങിയത്. 1924ലെ വെള്ളപ്പൊക്കത്തിൽ ശരാശരിയേക്കാൾ നാൽപ്പത് ശതമാനം മഴ മാത്രമാണ് കൂടുതലായി ലഭിച്ചത് എന്നോർക്കണം. എന്നിട്ടും ഔദ്യോഗികമായ കണക്കുപ്രകാരം തന്നെ ആയിരത്തിലധികം പേർ മരിച്ച ആ വെള്ളപ്പൊക്കത്തിന്റെ പ്രഹരശേഷി കൂട്ടിയത് വെള്ളത്തെ തടഞ്ഞുനിർത്താനുള്ള സംവിധാനങ്ങളുടെ അപര്യാപ്തത കൂടിയാവണം.

പ്രളയങ്ങൾ നിർമ്മിക്കപ്പെടുന്നതെങ്ങനെ

തീവ്രപരിസ്ഥിതിവാദികൾ കുറ്റപ്പെടുത്തും പോലെ പ്രളയക്കെടുതികൾ പൂർണ്ണമായും മനുഷ്യനിർമ്മിതമല്ല. നിരവധി അന്തരീക്ഷപ്രതിഭാസങ്ങൾ കൂടിച്ചേർന്നാണ് കാലാവസ്ഥയെ നിർണ്ണയിക്കുന്നത്. ഇവയോരോന്നും പരസ്പരം സ്വാധീനിക്കുന്നുമുണ്ട്. ഇതിൽ തന്നെ പലതും മനുഷ്യനിർമ്മിതഘടകങ്ങളാൽ മാത്രമല്ല നിർണ്ണയിക്കപ്പെടുന്നത്. അങ്ങേയറ്റം പ്രകൃതി സൗഹൃദപരമായി ജീവിച്ചകാലത്തും പ്രളയങ്ങളും അതുമൂലമുള്ള ആൾനാശവും ഉണ്ടായിരുന്നു. എന്നാൽ ആഗോളതാപനം അടക്കമുള്ള മനുഷ്യനിർമ്മിത ഘടകങ്ങൾക്ക് കാലാവസ്ഥയെ സ്വാധീനിക്കാനുമാവും. കാലാവസ്ഥയും വർഷപാതവും നിരവധി ഘടകങ്ങളെ ആശ്രയിച്ചിരിക്കുന്നതിനാൽ താളംതെറ്റുന്ന മൺസൂണിൽ ആഗോളതാപനത്തിന്റെ സംഭാവന എത്രമാത്രമാണെന്ന് കൃത്യമായി കണക്കാക്കാനാവില്ല. മാത്രമല്ല വർഷങ്ങളോളം നീളുന്ന പഠനങ്ങൾ കൊണ്ട് മാത്രമേ അവ്യക്തമായ ചിത്രമെങ്കിലും രൂപപ്പെടുത്താനുമാവൂ. ആഗോളതാപനത്തിന്റെ ഫലമായി സമുദ്രതാപനില ഉയരുന്നത് ന്യൂനമർദ്ദങ്ങൾക്കും ചുഴലിക്കാറ്റുകൾക്കും കാരണമാകുന്നുണ്ട്. സമുദ്രോപരിതല താപനില 26.5 ഡിഗ്രിയിൽ കൂടുമ്പോഴാണ് ചുഴലിക്കാറ്റുകൾ രൂപപ്പെടുക. കൂടിയ താപനില ഉയർന്ന ബാഷ്പീകരണത്തോതിനും അത് വഴി ന്യൂനമമർദ്ദമേഖലകൾ രൂപപ്പെടാനും കാരണമാകുന്നു. അനുകൂല സാഹചര്യത്തിൽ ഇവ ചുഴലിക്കാറ്റുകളായി രൂപം മാറാം. ഉപരിതല

താപനില കൂടുമ്പോൾ ബാഷ്പീകരണം വഴി അന്തരീക്ഷത്തിലെത്തുന്ന നീരാവിയുടെ അളവും കൂടുന്നു. നീരാവിയുടെ അളവ് കൂടുമ്പോൾ കാറ്റിന് ഉൾക്കൊള്ളാനാവുന്ന ഊർജ്ജവും പെയ്തൊഴിയുന്ന മഴയുടെ അളവും കൂടുന്നു, ഇത് ചുഴലിക്കാറ്റുകളുടെ പ്രഹരശേഷി കൂട്ടുന്നു. ഈ വസ്തുതകളിൽ നിന്ന് ന്യൂനമർദ്ദം മൂലമുള്ള കെടുതികൾ രൂക്ഷമാകാൻ ആഗോളതാപനം കാരണമാകുന്നു എന്ന് കാണാം. ബംഗാൾ ഉൾക്കടലിലെ ഉപരിതല താപനില അറബിക്കടലിലേതിനേക്കാൾ കൂടുതലായതും, പസഫിക് സമുദ്രത്തിൽ നിന്ന് ചൈനാക്കടൽ വഴിയെത്തുന്ന മർദ്ദവ്യതിയാനങ്ങളും ബംഗാൾ ഉൾക്കടലിൽ നിന്നനുഭവിക്കുന്ന ചുഴലിക്കാറ്റുകളുടെ സാധ്യത കൂട്ടുന്നു. 1880 ന് ശേഷം ഏറ്റവുമുയർന്ന രണ്ടാമത്തെ താപനില രേഖപ്പെടുത്തിയ വർഷമായിരുന്നു 2017 എന്ന് നാസയുടെ റിപ്പോർട്ട് സൂചിപ്പിക്കുന്നു. 2016 ആയിരുന്നു ഏറ്റവും ചൂടുകൂടിയ വർഷം. അടുത്ത അഞ്ചുവർഷത്തേക്ക് ചൂടേറിയ ഈ അവസ്ഥ തുടരാനാണ് സാധ്യത എന്നും ഈ റിപ്പോർട്ട് പറയുന്നുണ്ട്. അങ്ങിങ്ങോളം സമുദ്രതീരത്താൽ അതിരിട്ട കേരളത്തെ ഈ താപവ്യതിയാനം സ്വാധീനിക്കാതെ പോകില്ല. ഇനിയും പ്രകൃതി ദുരന്തങ്ങൾക്ക് ഉള്ള സാധ്യത വിരളമല്ലെന്ന് അനുമാനിക്കാനാവും. സമുദ്രഉപരിതലോഷ്മാവ് മത്സ്യങ്ങളുടെ പ്രജനനത്തെ ബാധിക്കുന്നത് മത്സ്യസമ്പത്തിനെ ആശ്രയിച്ച് ജീവിക്കുന്നവരുടെ ജീവിതത്തെയും ദുരിതത്തിലാഴ്ത്തും. ഇതിന് മറുവശത്ത് വേനൽക്കാലങ്ങളിലെ ചൂടും വരൾച്ച മൂലമുണ്ടാകുന്ന ദുരന്തങ്ങളും വർദ്ധിക്കുന്നുണ്ട്. ഇരുപതാം നൂറ്റാണ്ടിന്റെ അവസാന ദശകം തൊട്ടിങ്ങോട്ട് കൊടുങ്കാറ്റുകൾ, വരൾച്ച, വെള്ളപ്പൊക്കങ്ങൾ, താപതരംഗങ്ങൾ, ശീതക്കാറ്റുകൾ, പൊടിക്കാറ്റുകൾ തുടങ്ങിവയെല്ലാം കൂടുതൽ നാശനഷ്ടങ്ങൾക്ക് കാരണമാകുന്നുണ്ടെന്ന് പഠനങ്ങൾ സൂചിപ്പിക്കുന്നു (Extreme Weather Events over India in the last 100 years, U. S. De et al. J. Ind. Geophys. Union (July 2005). കാലാവസ്ഥാവ്യതിയാനത്തിനൊപ്പം നഗരവത്കരണവും, വർദ്ധിക്കുന്ന ജനസംഖ്യക്കനുസരിച്ച് സുരക്ഷാ മാനദണ്ഡങ്ങൾ ലംഘിച്ചുകൊണ്ടുള്ള നിർമ്മിതികൾ കൂടുന്നതും ഇതിന് കാരണമാകുന്നുണ്ടാവാം. മൺസൂൺ കാലത്തിന്റെ വ്യാപ്തി മുൻകാലങ്ങളെ അപേക്ഷിച്ച് കുറഞ്ഞു വരുന്നു എന്നും, ഈ കാലത്ത് തന്നെ മഴയില്ലാത്ത ഇടവേളകൾ കൂടിവരുന്നു എന്നും പഠനങ്ങൾ സൂചിപ്പിക്കുന്നുണ്ട്. പെയ്യുന്ന മഴയുടെ അളവിൽ പത്തുശതമാനത്തിനടുത്ത് മാത്രമാണ് പല വർഷങ്ങളിലും കുറവ് എങ്കിലും ചുരുങ്ങിയ സമയം കൊണ്ടാണ് ഈ മഴ പെയ്തുതോരുന്നത്. ഇത് വെള്ളം

മുഴുവൻ കുത്തിയൊലിച്ച് കടലിലെത്താനും ഭൂഗർഭ ജലവിതാനം ഉയരാതിരിക്കാനും കാരണമാകുന്നുണ്ട്.

പ്രകൃതിനാശത്തിന്റെ ഫലങ്ങൾ കൊയ്യുന്നത് അത് വിതച്ചവരല്ല എന്ന യാഥാർത്ഥ്യം പലപ്പോഴും പ്രകൃതിയുടെ പ്രതികാരമായി ഇതിനെ കാണുന്നവർ മറന്നുപോകാറുണ്ട്. കേരളത്തിൽ തന്നെ അനധികൃത നിർമ്മിതികൾ കൂടുതലും നടത്തിയത് പുഴത്തീരങ്ങളിലും, മലയിടിച്ചും വയലുകൾ നികത്തിയും നിർമ്മാണപ്രവർത്തനം നടത്തിയ മദ്ധ്യ-ഉപരിവർഗ്ഗക്കാരാണ് എങ്കിലും ദുരിതം കൂടുതൽ ബാധിച്ചത് വിട്ടുപോകാൻ മറ്റിടമില്ലാത്ത താഴ്ന്നപ്രദേശങ്ങളിൽ താമസിക്കുന്ന സാധാരണക്കാരെയാണ്. കാർബൺ ഡയോക്സൈഡ് ഉത്സർജ്ജനം വഴി ആഗോളതാപനത്തിന് ഗണ്യമായ സംഭാവന നൽകുന്നത് അമേരിക്കയെപ്പോലുള്ള വികസിതരാജ്യങ്ങളാണെങ്കിലും ദുരിതമനുഭവിക്കുന്നത് സമുദ്രസാമീപ്യം കൂടുതലായ, തീരപ്രദേശത്ത് സാധാരണക്കാർ തിങ്ങിപ്പാർക്കുന്ന മാലിദ്വീപും ഇന്ത്യയിലെയും ബംഗ്ലാദേശിലേയും തീരപ്രദേശങ്ങളും ഒക്കെയാണ്. വികസിത രാജ്യങ്ങളായ അമേരിക്കയും യൂറോപ്യൻ രാജ്യങ്ങളും ചേർന്നാണ് ആഗോളതാപനത്തിന് കാരണമാകുന്ന കാർബൺഡയോക്സയിഡിന്റെ പകുതിയിലധികം പുറന്തള്ളുന്നത്. മുതലാളിത്ത വ്യവസ്ഥയുടെ കണ്ണില്ലാത്ത പ്രകൃതിചൂഷണമാണ് ആഗോളപരിസ്ഥിതിയുടെ സന്തുലനത്തെ അട്ടിമറിക്കുന്നത്. ഇതിനെതിരെയുള്ള പരിഹാരശ്രമങ്ങളും പോരാട്ടങ്ങളും പ്രാദേശികമോ ഒറ്റപ്പെട്ടതോ ആയത് കൊണ്ട് പ്രയോജനമുണ്ടാവില്ല.

പ്രളയത്തിൽ നിന്ന് പഠിക്കേണ്ടത്

പ്രളയജലത്തിന്റെ വിവിധപ്രദേശങ്ങളിലെ ആഘാതം തിട്ടപ്പെടുത്തുന്ന ഫ്ലഡ്മാപ്പിംഗ് നടത്തേണ്ടതാണ്. ഇത് ഭാവിയിലെ സുരക്ഷക്കുള്ള മാർഗ്ഗനിർദ്ദേശമായി മാറ്റാനാവും. മൊബൈൽഫോൺ ഉപയോഗിച്ച് ലളിതമായി ഇത് ചെയ്യാവുന്നതേയുള്ളൂ. ഭാവിയിലെ നിർമ്മാണപ്രവൃത്തികൾക്കെങ്കിലും ഇത് ഒരു മാനദണ്ഡമായി പരിഗണിക്കും വിധത്തിൽ കെട്ടിടനിർമ്മാണച്ചട്ടങ്ങളിൽ മാറ്റം വരുത്തുന്ന കാര്യവും പരിഗണിക്കാം. അതിവൃഷ്ടിയെ ചെറുക്കും വിധത്തിൽ കെട്ടിടങ്ങളുടെ ഘടന പരിഷ്കരിക്കുന്നത് സംബന്ധിച്ച് ആ രംഗത്തെ വിദഗ്ദ്ധരും പുതിയ ആശയങ്ങൾ രൂപീകരിക്കാൻ ശ്രമിക്കണം. ജലവിതാനം കൂടുതലായി ഉയർന്ന ഇടങ്ങളിലെ പുതിയ നിർമ്മിതികൾക്ക് തറനിരപ്പിൽ നിന്ന് പൊക്കം കൂട്ടുന്നതും വെള്ളം വളരെപ്പെട്ടെന്ന്

വീട്ടുകളിലെത്തുന്നത് തടയാൻ സഹായിക്കും. ജൈവ-അജൈവ മാലിന്യങ്ങളുടെ ആരോഗ്യകരമായ സംസ്കരണരീതികൾ, പൊതുസ്ഥലങ്ങളുടെ പരിപാലനം തുടങ്ങിയ കാര്യങ്ങളിലെല്ലാം നിലവിലുള്ള അനാരോഗ്യകരമായ രീതികൾ മാറ്റാനുള്ള അവസരമായിക്കൂടി ഈ പ്രളയത്തെ കണ്ടേ പറ്റൂ. വെള്ളപ്പൊക്കത്തിന് ശേഷം പടരാവുന്ന വിവിധതരം പനികൾ, കോളറ, ഡയറിയ, മഞ്ഞപ്പിത്തം, എലിപ്പനി തുടങ്ങിയ ജലജന്യരോഗങ്ങൾക്കെതിരെയുള്ള മുൻകരുതൽ നടപടികളും അടിയന്തര പ്രാധാന്യമർഹിക്കുന്നു. കക്കൂസ് മാലിന്യങ്ങൾ കുടിവെള്ളവുമായി കലർന്നിരിക്കാൻ സാധ്യതയുള്ളത് കൊണ്ട് സൂപ്പർ ക്ലോറിനേഷൻ അടക്കമുള്ള പ്രക്രിയകളിലൂടെ ജലശുദ്ധീകരണം നടത്തുകയും വേണം. മലയാളിയുടെ ഉയർന്ന സാമൂഹ്യബോധവും മാനവികതയും പ്രളയസമയത്ത് ഒന്നായി നിന്ന് ദുരന്തത്തെ അതിജീവിക്കാൻ നമ്മളെ സഹായിച്ചു. എന്നാൽ അതിനേക്കാൾ ഏറെ ഉത്തരവാദിത്വം തുടർന്നും കാണിച്ചാലേ പുനരധിവാസപ്രവർത്തനങ്ങൾ വിജയകരമാവൂ. കാലം നമ്മിലർപ്പിക്കുന്ന സാമൂഹ്യദൗത്യമായി ഇതിനെ തിരിച്ചറിഞ്ഞു പുതിയൊരു കേരളത്തെ നിർമ്മിച്ചെടുക്കാൻ നമുക്കാവുമെന്നു കരുതാം..

(കേരളത്തിലെ പ്രളയം സംബന്ധിച്ച ചില വിവരങ്ങൾക്ക് കടപ്പാട് സുനന്ദ നാരായണൻ, ഗവേഷണ വിദ്യാർഥിനി, ഐ ഐ ടി ഖരക്പൂർ)

https://www. thethirdpole. net/en/2017/09/01/whats-causing-so-many-changes-to-indias-monsoons/

https://www. researchgate. net/publication/225463558_Warming_SST_of_Bay_of_Bengal_and_decrease_in_formation_of_cyclonic_disturbances_over_the_Indian_region_during_southwest_monsoon_season

http://www. nio. org/index/option/com_nomenu/task/show/tid/2/id/142

https://earthobservatory. nasa. gov/images/91604/2017-was-the-second-hottest-year-on-record

www.ingramcontent.com/pod-product-compliance
Lightning Source LLC
LaVergne TN
LVHW060129051026
849517LV00007B/2431
* 9 7 8 9 3 8 9 8 0 4 4 6 1 *